ആളുകൾ

ഷിൻലെ ഷിനാസ്

Made with ♥ on the Notion Press Platform
www.notionpress.com

ഉള്ളടക്കം

ആമുഖം

ഞാൻ സിനിമയാക്കാൻ ആഗ്രഹിച്ച കുറച്ചു കഥകൾ, പല കാരണങ്ങൾ കൊണ്ട് അത് ചിത്രത്തിലേക്കു എത്തിക്കാൻ കഴിഞ്ഞില്ല, ജീവിതത്തിൽ കണ്ട കുറച്ചു ആളുകളുടെ അല്ലെങ്കിൽ പലരും എന്നോട് അവരുടെ അനുഭവങ്ങൾ പങ്കുവച്ചപ്പോൾ ഉണ്ടായ കഥകളാണ് ഇത് മുഴുവൻ. ഓരോരുത്തർക്കുമുണ്ട് അവരുടേതായ കഥകൾ അതെല്ലാം ഒന്ന് നിങ്ങൾ നോക്കിയാൽ മതി വായിക്കാൻ കഴിയും

കടപ്പാട്

ഈ ജീവിതത്തിൽ എന്റെ കൂടെ നിന്നവർക്ക്

1

സുനിത

എനിക്ക് ഏറ്റവും പ്രിയപ്പെട്ട ഒരാളാണ് സുനിത.പക്ഷെ ഞാൻ ഇതുവരെ അവളോട് സംസാരിച്ചിട്ടില്ല. അവൾക്കെന്നെ അറിയുന്നുപോലുമുണ്ടാവില്ല. പക്ഷെ അവൾ എനിക്ക് പ്രിയപ്പെട്ടതാണ്.ഒരു സെക്യൂരിറ്റി ജീവനക്കാരനായ ഞാൻ ഭണ്ഡാരപെട്ടിക്ക് കാവൽനിൽക്കുന്നു.പല മുഖങ്ങളും കാണുന്നു; മറക്കുന്നു. അവരുടെ ആരുടെയും മുഖത്തില്ലാത്തതെന്തോ ഞാൻ അവളിൽ കണ്ടു. എന്തെന്നറിയാത്ത ഒരു പ്രസാദം

എല്ലാവരോടും അവൾ ചിരിച്ചിരുന്നു. പക്ഷെ തിരിച്ച് ഒരു നിറഞ്ഞ പുഞ്ചിരി അവൾക്കു കിട്ടിയിരുന്നില്ല.ആളനക്കമില്ലാത്ത ആ ഭീകര രാത്രിയെ അവൾക്കു ഭയമില്ലായിരുന്നു.വയറു വിശക്കുമ്പോൾ ആർക്കും അങ്ങനെ ഭയമൊന്നും ഉണ്ടാവില്ലായിരിക്കും.വൈകുന്നേരം

കുളിച്ചൊരുങ്ങി വരും. സുന്ദരിയാണ്. മനസ്സുകൊണ്ടും. ഇല്ലെങ്കിൽ അവളാ ഭക്ഷണ പൊതി ആരും തിരിഞ്ഞു നോക്കാനില്ലാതെ ഈ സാധുവിനു നേരെ നീട്ടില്ലായിരുന്നു.

പലരും കാറിൽ കയറുന്നത് വരെ അവളെ വർണിക്കുന്നതുകേട്ടാൽ കവികൾ പോലും തോറ്റു പോകും. പക്ഷേ തിരിച്ചിറക്കി വിടാൻ നേരം അതാന്നും കാണാറില്ല.

അതുകൊണ്ടാവാം ആ ഭക്ഷണപൊതി അയാൾ വാങ്ങാതിരുന്നത്. അവളുടെ ചിരിയല്ല കണ്ണീരാണ് ഞാൻ കൂടുതൽ കണ്ടിരിക്കുന്നത്. കരിമഷി മുഴുവൻ പരന്ന്, നിറകണ്ണുകളോടെയിരിക്കുന്ന അവളെ എന്ത് പറഞ്ഞു സമാധാനിപ്പിക്കണം എന്നെനിക്കറിയില്ലായിരുന്നു. ചില ദിവസം രാത്രി മുഴുവൻ അവളവിടെ നിൽക്കുമായിരുന്നു. ഒരിത്തിരി നേരം നിന്നാൽ കാലുകഴയ്ക്കുന്ന എനിക്ക് അവളൊരു അത്ഭുതമായിരുന്നു. ചോദ്യങ്ങളുടെ ഒരു കൂമ്പാരം തന്നെ എനിയ്ക്കുണ്ടായിരുന്നെങ്കിലും ഒരിക്കലും ഞാനൊന്നും ചോദിച്ചില്ല.

അങ്ങനെയിരിക്കെ കുറച്ചു ദിവസം അടുപ്പിച്ച് ഞാൻ അവളെ കണ്ടില്ല. രാത്രികൾ മുഴുവൻ

ഇമചിമ്മാതെ നോക്കിയിരുന്നിട്ടും കണ്ടില്ല .
ഇരുട്ടിന്റെ മറവിൽ ആരെങ്കിലും
കൊണ്ടുപോയോ!! ഇല്ലെങ്കിൽ
എവിടെയെങ്കിലും വീണു കാണുമോ!!
ഉപയോഗം കഴിഞ്ഞ് കടലാസ് കഷ്ണം പോലെ
ആരെങ്കിലും ചുരുട്ടി എറിഞ്ഞിരിക്കുമോ!!

ഇങ്ങനെ എന്റെ മനസ്സിൽ കേറിക്കൂടിയ
ചിന്തകൾ ഞാൻ രാത്രി പായ
നെയ്യുന്നതുപോലെ നെയ്ത് കൂട്ടി . സാധാരണ
അവൾ പോയാൽ ഉറക്കം വരുന്ന ഞാൻ പിന്നെ
ഉറങ്ങിയിട്ടില്ല എന്റെ ആരെയോ കാണാതായത്
പോലെ ഞാൻ തേടികൊണ്ടിരുന്നു.
പറഞ്ഞറിയിക്കാനാവാത്തൊരു വിഷമം.
മനസിനെ പിടിച്ചു ഉലയ്ക്കുന്ന ആധി.

കാണാതായത് പോലെ തന്നെ
അപ്രതീക്ഷിതമായി ഒരു ദിവസം അവൾ
ദേവതയെപ്പോലെ പ്രത്യക്ഷയായി , രാത്രിയല്ല
പകലാണെന്നു മാത്രം . കൂടെ ഒരു ചെറിയ
കുട്ടിയും. അടുത്ത് പോയി ശകാരിക്കണം,
പിന്നെ സ്നേഹത്തോടെ രണ്ടു വാക്ക്
പറയണം, എവിടെയായിരുന്നു? എന്തിനാ
എന്നെ തനിച്ചാക്കി പോയേ? ഇങ്ങനെയൊക്കെ
ചോദിക്കണമെന്ന് മനസ് വെമ്പൽ
കൊണ്ടെങ്കിലും, ഹൃദയത്തിന്റെ ഭാഷ
ശരീരത്തിന് അറിയാത്തത് കൊണ്ട് തലച്ചോറ്

തെളിച്ച വഴിയേ അത് വീട്ടിലേക്കു
നടന്നു.പിന്നെ പകൽ അവളെ കാണുന്നത്
ശീലമായി. ആ കുഞ്ഞ് എന്നും അവളെ നോക്കി
ചിരിക്കുന്നത് കാണുന്നതേ ഒരു പ്രത്യേക
സുഖമായിരുന്നു.ഞാൻ ഡ്യൂട്ടിക്ക് കയറുമ്പോൾ
അവൾ ബസ് കയറുന്നതു കാണാം ഡ്യൂട്ടി
കഴിഞ്ഞു പോവുമ്പോൾ അവൾ ക്ഷീണിതയായി
ആ കുഞ്ഞിനേയും കൂട്ടി തിരിച്ചു
വരുന്നതും.അവൾ എന്തോ ജോലിക്ക്
പോകുന്നുണ്ടെന്നു തോന്നുന്നു . ചില ദിവസം
കുഞ്ഞിനോട് വർത്തമാനമൊക്കെ പറഞ്ഞു
വരും. അവളുടെ സന്തോഷം കണ്ണുകളിൽ
പ്രകടമായിരുന്നു. അവളെ അധിക നേരം
കാണാൻ കഴിയാത്ത ഒരു ചെറിയ ദുഃഖം
എന്നിൽ ബാക്കി ഉണ്ടായിരുന്നെങ്കിലും,
അവളുടെ നിറഞ്ഞ ചിരിയിൽ ഞാനത്
മറന്നു.പക്ഷേ എന്തോ ദിനംതോറും അവളുടെ
സന്തോഷം കുറഞ്ഞു വരുന്നതു പോലെ
തോന്നിത്തുടങ്ങിയപ്പോൾ എനിക്ക്
ആവലാതിയായി.. എന്തോ അവളെ വല്ലാതെ
അലട്ടുന്നുണ്ട്. പഴയതു പോലെ അവളുടെ
കണ്ണുകൾ കലങ്ങി തുടങ്ങി. ചില ദിവസം
കുഞ്ഞില്ലാതെ അവൾ അവിടെ ഇരിക്കുന്നത്
കാണാറായി.എന്റെ മനസ് അസ്വസ്ഥത കൊണ്ട്
പുകഞ്ഞു. അവളെ പോലെ എന്നെയും
അവളുടെ അവസ്ഥ വല്ലാതെ
തളർത്തുന്നുണ്ടായിരുന്നു.

ഒരു ദിവസം രാത്രി അവൾ ആ കുഞ്ഞിനേയും തോളിലേറ്റി ഓടിവന്ന് ഒരു ഓട്ടോയിൽ കയറി പോകുന്നത് കണ്ടു. കുറച്ചു മണിക്കൂറുകൾക്ക് ശേഷം അവൾ ആ ബസ് സ്റ്റോപ്പിൽ വന്നിരുന്നു. കുഞ്ഞിനെ കണ്ടില്ല.അവളുടെ കണ്ണുകൾ കരഞ്ഞു തളർന്നിരിക്കുകയായിരുന്നു.എന്താ എന്ത് പറ്റി എന്നൊക്കെ ചോദിക്കണമെന്നുണ്ടായിരുന്നു. പക്ഷെ എന്റെ കാലുകൾ ചലിച്ചില്ല.ഒരു നോക്കുകുത്തിയെ പോലെ ഞാനവിടെ നിന്നു. കുറച്ചു നേരം കഴിഞ്ഞപ്പോൾ ഒരു കാർ അവൾക്കു മുൻപിൽ നിർത്തി. അവളോട് എന്തോ പറഞ്ഞു ,ഒരു പുച്ഛ ചിരിയോടെ അവൾ അവളുടെ കരഞ്ഞു തളർന്ന കണ്ണുകളോടെ അതിൽ കയറിപോയി.

അപ്പോഴും ഒരു നോക്കുകുത്തിയെ പോലെ ഞാനവിടെ നിന്നു..

ആ ചങ്ങലയിൽ നിന്നു ഒരിക്കലും ഈ സമൂഹം അവൾക്കു മോചനം നൽകില്ല , വിശപ്പടക്കാൻ അവൾ എന്ന് ശരീരം വിറ്റോ, അന്നേ ഈ സമൂഹം തോറ്റു പോയി

ആ രാത്രിയ്ക്ക് ശേഷം ഞാനെന്നും തനിച്ചായിരുന്നു.. അവളെ പിന്നെ കണ്ടില്ല.ഇനി

കാണുമോ!! അറിയില്ല.

കാണുമോ!! അറിയില്ല.

2

കർഷകൻ

വാരണാസിയിലെ ഷൂട്ട് കഴിഞ്ഞുള്ള മടക്കയാത്ര ആരംഭിക്കുകയാണ്. അവശരാണ് എല്ലാവരും. എത്രയും പെട്ടെന്ന് വണ്ടിയിൽ കയറി ഉറങ്ങുക, അതാണ് എല്ലാവരുടെയും ലക്ഷ്യം; എന്റെയും. ക്യാമറകൾ എല്ലാം വണ്ടിയിൽ എടുത്തുവെച്ച്, എപ്പോഴത്തെയും പോലെ ജനലിനടുത്തുള്ള സീറ്റിൽ, ഒരു ചെറിയ ക്യാമറയും പിടിച്ച് ഞാൻ ഇരുന്നു. ഈയിടെയായി കാഴ്ചകൾ മനം മടുപ്പിച്ച് തുടങ്ങിയിരിക്കുന്നു. എല്ലാം ഒരുപോലെ, വരണ്ട കാഴ്ചകൾ.

ശരീരത്തിനുള്ള ക്ഷീണം കൊണ്ടായിരിക്കാം ഞാൻ ഉറങ്ങിപ്പോയി. ഉണർന്നു നോക്കിയപ്പോൾ 4 മണി, കൃത്യം 2 മണിക്കൂർ. കൃഷിയിറക്കാത്ത കുറെയേറെ പാടങ്ങൾ, അവിടെയിവിടെ ആയി കുറച്ചു മരങ്ങൾ...എന്തൊക്കെയോ പകൽസ്വപ്നങ്ങൾ

മെനഞ്ഞുകൊണ്ടിരിക്കുന്നതിനിടയിൽ, 60 വയസ്സിനു മുകളിൽ പ്രായം തോന്നിക്കുന്ന, ഒരു കർഷകൻ ആണെന്ന് തോന്നുന്നു , തലയിൽ ഒരു കെട്ട് ഒക്കെയുണ്ട്, വളരെ മെലിഞ്ഞു, നല്ല പൊക്കത്തിൽ, അയാൾ ഒരു വടിയെടുത്തു എന്തിന്റെയോ പിന്നാലെ ഓടുന്നു. പെട്ടെന്നുണ്ടായ ഒരു ആവേശത്തിൽ ഞാൻ ഡ്രൈവറോട് വണ്ടി നിർത്തുവാൻ ആവശ്യപ്പെട്ടു. ഡ്രൈവറും കുറെ നേരത്തെ യാത്രയായതുകൊണ്ട് വണ്ടി കുറച്ചു നേരം നിർത്തുവാൻ ഉള്ള ഉദ്ദേശത്തിൽ ആയിരുന്നു. ഞാൻ വണ്ടിയിൽ നിന്നിറങ്ങി ആ കർഷകന്റെ പിന്നാലെ പോയി. അയാൾ ഒരു എലിയെ ഓടിക്കുകയാണ്. എലിക്ക് ഒരു അടി കൊണ്ടെന്നുതോന്നുന്നു. അയാളുടെ എലിയെ തല്ലാനുള്ള ആവേശവും , വടി പൊക്കിപിടിച്ചുള്ള ഓട്ടവും കണ്ട് എനിക്ക് ചിരി വന്നു.

ഞാൻ ഒരു ചിരിയോടെ, ആ ഉദ്യമത്തിന്റെ മൂന്നു നാലു ഫോട്ടോ എടുത്തു. ഏലി ഒരു പൊത്തിനുള്ളിൽ ഒളിക്കുന്നതും, അയാൾ എലിയെ കൊല്ലാൻ പെടുന്ന കഷ്ടപ്പാടും, ഒടുവിൽ എലിയെ കൊന്ന്, അതിനെ വാലിൽ പിടിച്ച് എടുത്തുകൊണ്ട് പോകുന്നതുമെല്ലാം.കുഴിച്ചിടുന്ന ഫോട്ടോ കൂടി എടുക്കാം എന്നുകരുതി ഞാൻ അയാളുടെ പിന്നാലെ ചെന്നെങ്കിലും, ഒരു ക്ഷണനേരം

കൊണ്ടയാളെ കാണാതായി. കുറച്ച നേരത്തിന് ശേഷമാണ് ഒരു കുടിലിനടുത്തേക്ക് നടക്കുന്ന അയാൾ എന്റെ കണ്ണിൽപെട്ടത്. ഞാനും പതിയെ ആ ദിക്കിലേക്ക് നടന്നു.

കുറച്ച അകലെനിന്ന് അവരിലേക്ക് ക്യാമറ ഫോക്കസ് ചെയ്തെങ്കിലും, പെട്ടെന്ന് തന്നെ ഞാൻ ക്യാമറ താഴ്ത്തി. ആ കാഴ്ച. കുഴിച്ചിടാനെന്ന് ഞാൻ കരുതിയ എലിയെ, കർഷകനും, ഭാര്യയും മക്കളും കൂടെ ചുട്ടുതിന്നുന്നു. കുറച്ച് നേരത്തേക്ക് ഞാൻ അനങ്ങാൻ പറ്റാതെ നിന്നുപോയി.അവരുടെ മുഖത്തെ പട്ടിണിയുടെയും നിസ്സഹായതയും ഞാൻ കണ്ടു.ബസിന്റെ നീട്ടിയുള്ള ഹോണാണ് ആ കാഴ്ചയിൽ നിന്നെന്നെ തിരികെകൊണ്ടുവന്നത്. ഞാൻ ബസിനു അടുത്തേക്ക് നടന്നു. ആരോ നെഞ്ചിൽ കുത്തുന്ന പോലൊരു വേദന. അവരുടെ മുഖങ്ങൾ മനസ്സിൽ നിന്ന് മായുന്നുണ്ടായില്ല.വണ്ടി പിന്നെ നിർത്തിയത് ഒരു ഹോട്ടലിനടുത്തായിരുന്നു. എല്ലാവരും കയറിരുന്ന് അവർക്ക് ആവശ്യമുള്ളത് ഓർഡർ ചെയ്യുന്നു. ഞാനും ഉള്ളിലേക്ക് കേറിയിരുന്നെങ്കിലും എന്ത് വേണമെന്ന് പറയാൻ ശബ്ദം പുറത്തു വരുന്നുണ്ടായില്ല. വെയ്റ്റർ ഒരു താളി എന്റെ മുൻപിൽ കൊണ്ടുവെച്ചു. ഞാൻ കുറച്ചനേരം അതു നോക്കിയിരുന്നു, ഒരു ഉരുളയെടുത്തു വായിൽ

വെച്ചു; ഇറങ്ങുന്നില്ല. ആ ഒരു ഉരുളയ്ക്ക് ഞാൻ അർഹനല്ല എന്ന തോന്നൽ തൊണ്ടയിൽ കുടുങ്ങിയിരുന്നു.

3

അനു

എന്നും രാവിലെ ബഹളങ്ങൾ കേട്ടാണ് അനു
ഉണർന്നിരുന്നത്. അച്ഛനും അമ്മയും
ജോലിക്ക് പോവാനുള്ള തിരക്കിലാണെങ്കിലും,
തല്ലുകൂടാനുള്ള സമയം കണ്ടെത്തിയിരുന്നു.
പ്രത്യേകിച്ച് കാര്യമൊന്നുമില്ല, ഒന്നിച്ച്
ജീവിക്കാൻ പറ്റില്ല, അത്ര തന്നെ. ഇതൊന്നും
തിരിച്ചറിയാനുള്ള പ്രായമില്ലാത്തതുകൊണ്ട്,
അച്ഛനും അമ്മയും ഇങ്ങനെയാണെന്ന്
വിശ്വസിച്ച് ടി.വി യിൽ മാറി മാറി വരുന്ന
കാഴ്ചകളിൽ മുഴുകി അനു സമയം തള്ളിനീക്കി
. ആ വീട്ടിൽ അനുവിനോട് സംസാരിക്കുന്നത്
ആകെ ആ വലിയ ടി.വി മാത്രമാണ്.
വീട്ടുജോലിക്കായി വരുന്ന സ്ത്രീ അവൾക്കു
നേരത്തിന് ഭക്ഷണം കൊടുക്കും, അവരുടെ
പണികളിലേക്ക് തിരിയും, പിന്നെ അവരുടെ
ഫോണിലേക്കും. അവളോടൊപ്പം കളിക്കാനോ,
സ്നേഹത്തോടെ ചേർത്തുപിടിക്കാനോ
ആരുമില്ലാത്ത പകലുകൾ...

രാത്രി വൈകി വരുന്ന അച്ഛനും അമ്മയും വീടിന്റെ രണ്ടറ്റത്തു ഫോണിൽ മുഴുകിയിരിക്കുന്നതും നോക്കി നിൽക്കുന്ന അനുവിനെ അവർ കാണുന്നു പോലും ഇല്ലായിരുന്നു. സ്വന്തം ജീവിതത്തിന്റെ ഭാവി എന്താണെന്ന് അറിയാതെ ജീവിക്കുന്ന അവർക്ക്, അനുവിനെ പറ്റിയോ അവളുടെ ഭാവിയെ പറ്റിയോ ചിന്തയെങ്ങനെ ഉണ്ടാവാനാണ്!!

ദിവസങ്ങൾ കടന്നുപോകും തോറും, സ്നേഹത്തോടെ ഒന്ന് ചേർത്തുപിടിക്കാൻ പോലും സമയമില്ലാത്ത അവർ, അനുവിനെ കൂടെ നിർത്താൻ വേണ്ടിയായി പിന്നെ ബഹളങ്ങൾ. പരസ്പരം എങ്ങനെ തോല്പിക്കാം എന്നുള്ളതിനുള്ള ഉത്തരമായിരുന്നു അവർക്ക് അനു. രണ്ടുപേർക്കും അനുവിനെ വേണ്ടെങ്കിലും ജയിക്കണം എന്നുള്ള വാശി. അന്ന് കോടതി വിധി വന്ന ദിവസം. അമ്മയുടെ കൂടെ വിടാൻ തീരുമാനിച്ചതിന്റെ ആഘോഷങ്ങക്കിടയിൽ ടി.വി തന്നോട് മിണ്ടാത്തതിൽ വിഷമിച്ച് എന്ത് ചെയ്യണമെന്ന് അറിയാതെ അനു ആളുകൾക്കിടയിലൂടെ നടക്കുകയായിരുന്നു. ഇടയ്ക്കൊക്കെ ആരോ പിടിച്ച്നിർത്തി 'മോൾക്ക് സന്തോഷം ആയില്ലേ!' 'വാവയ്ക് എന്താ വേണ്ടേ കഴിക്കാൻ' എന്നൊക്കെ ചോദിക്കാൻ തുടങ്ങിയതോടെ അവൾ പേടിച്ച് ബാൽക്കണി ചെന്നിരുന്നു. താഴെ നിന്ന് വന്ന വാച്ച്മാന്റെ ഫോൺവിളിയുടെ പിന്നാലെ, മുഴങ്ങിയ

കരച്ചിൽ...ആദ്യമായും അവസാനമായും അനുവിനെ കുറിച്ചോർത്തുള്ള ഒരു ശബ്ദം ആ ഫ്ലാറ്റിൽ മുഴങ്ങി

താൻ കണ്ട കാഴ്ചകളിൽ ഏതെങ്കിലും അനു അനുകരിച്ചതായിരിക്കണം.

4

അടിമ

സ്വന്തം ഇഷ്ടങ്ങൾക്കുവേണ്ടി ഞാൻ ഇതുവരെ ജീവിച്ചിട്ടില്ല. മറ്റുള്ളവർക്ക് വേണ്ടി കഷ്ടപ്പെടുന്നു. എന്ത് ധരിക്കണം, എന്ത് കഴിക്കണം, എവിടെ പോവണം എന്നുപോലും അറിയാതെ ജീവിക്കുന്നു. അടിമ എന്നല്ലാതെ ഞാൻ എന്നെ എന്തു വിളിക്കും? അധികം പഠിച്ചിട്ടില്ല, അല്ല പഠിക്കാൻ സമയം കിട്ടിയിട്ടില്ല.

പ്രണയമൊന്നും ഉണ്ടായിരുന്നില്ല. ഇനിയെങ്ങനെ തോന്നിയിരുന്നെകിൽ തന്നെ ആരോടും പറയാനുള്ള ധൈര്യവും ഉണ്ടാവുമെന്നു തോന്നുന്നില്ല. നല്ല അടക്കവും ഒതുക്കവും ഉള്ള പെൺകുട്ടി അതായിരുന്നു എന്റെ വിശേഷണം. ആളുകൾക്കൊപ്പം ഞാൻ ആർത്തുച്ചിരിച്ചിട്ടില്ല. ചിരിച്ചാൽ പല കണ്ണുകൾക്കും ഇരയാകും എന്ന ഭയം.

അറിയാതെ പോലും ഒരു പാട്ടിനും കാലുകൾ താളം പിടിച്ചിട്ടില്ല. ആളുകൾ കാലുകളിൽ ചവിട്ടുമോ എന്ന ഭയം. ആരും കാൺകെ കരഞ്ഞിട്ടില്ല. കണ്ണുനീർ തുടയ്ക്കാൻ വരേണ്ട കൈകൾ കൂടുതൽ കരയിക്കുമോ എന്ന ഭയം. അങ്ങനെ എല്ലാം ഉള്ളിലൊതുക്കി വീർപ്പുമുട്ടി ശ്വാസം വിടാൻ പോലും ആകാതെ ഞാൻ ജീവിച്ചുപോന്നു....

12 ക്ലാസ്സിൽ പഠിക്കുന്ന സമയം. ഒരു വൈകുന്നേരം സ്കൂൾ വിട്ടു വരുമ്പോൾ ആരൊക്കെയോ കാണാൻ വന്നിരിക്കുന്നു.

വൈകാതെ ബാപ്പ വിലപേശി കച്ചവടം ഉറപ്പിച്ച് ഞാനെന്ന ഭാരം ഇറക്കിവെച്ചു. മകളുടെ മനസ് കേൾക്കാനുള്ള കേൾവി ആ മനുഷ്യനില്ലായിരുന്നു. ടൗണിൽ ഒരു ഫ്ലാറ്റും കുറച്ചു പണ്ടവും പണവും അതായിരുന്നു എനിക്ക് എല്ലാവരും കണ്ട വില. അല്ല എന്റെ ശരീരത്തിന്ന് എല്ലാവരും കണ്ട വില. .എന്റെ കുഞ്ഞു മനസ്, പലരും നയിച്ച വഴികളിലൂടെ നടക്കേണ്ടി വന്നെങ്കിലും ആ വഴിയിലും കൊച്ചു സ്വപ്നങ്ങൾ കണ്ടു തുടങ്ങി. കയറി ചെന്ന വീട്ടിൽ ചെറിയ സന്തോഷങ്ങൾ കണ്ടെത്തിത്തുടങ്ങി. പക്ഷെ അതിനും കാലപരിധിയുണ്ടായിരുന്നു.

ഇട്ടാവട്ടമുള്ള വീട്ടിൽ എടുത്താലും എടുത്താലും തീരാത്തത്ര പണി. ആ ചെറിയ വട്ടത്തിൽ ഞാൻ ദിനവും കറങ്ങിക്കൊണ്ടിരുന്നു. സമയത്തിന് ഭക്ഷണവും വസ്ത്രവും കിട്ടിയില്ലെങ്കിൽ അലറുന്ന ആളുകൾ... അവിടെയും ഇവിടെയും ഓടി ഞാൻ തളർന്നു. പഠിക്കാനോ, സ്വസ്ഥമായി കുറച്ചുറങ്ങാനോ പോലും നേരം കിട്ടാത്ത ഒരുപോലുള്ള മുന്നൂറ്റി അറുപത്തഞ്ചു ദിവസങ്ങൾ... ഒരുപോലുള്ള പല വർഷങ്ങൾ... ഞാനാ വീടുവിട്ട് സ്വന്തം വീട്ടിലേക്കല്ലാതെ ഇങ്ങോട്ടും പോയിട്ടില്ല. ഇത്രയും സുന്ദരമായ ഈ ലോകത്ത് ആ രണ്ട് വീടുകളല്ലാതെ വേറെയാധികമൊന്നും കാണാനായിട്ടില്ലെന്നത് എന്നെയേറെ വേദനിപ്പിച്ചിരുന്നു. വർഷങ്ങൾ കഴിയുംതോറും ഉത്തരവാദിത്തങ്ങൾ കൂടി കൂടി വന്നുതുടങ്ങി; നോക്കാനുള്ള ആളുകളുടെ എണ്ണവും. താൻ സ്നേഹിക്കുന്നവർക്ക് വേണ്ടിയാണല്ലോ ഈ പെടാപാട് പെടുന്നതെന്നാലോചിച്ച് മനസിനെ തൃപ്തിപ്പെടുത്തുന്നത് ഓരോ നിമിഷവും വേണ്ടിവന്നുതുടങ്ങി. മനസ് കൈവിട്ടുപോയിത്തുടങ്ങി...

നീ അടിമയല്ല, ഇങ്ങനെ ജീവിക്കേണ്ടവളല്ല. ഘോര യുദ്ധങ്ങളെടുത്തേക്കാം സമത്വത്തിന്...തോറ്റുപോയേക്കാം, പക്ഷേ പോരാടാതെ മരിച്ചു ജീവിക്കരുത്... എന്നൊക്കെ

ഉള്ളിൽ കിടന്നു ആരോ
പറയണമെന്നുണ്ടായിരുന്നെങ്കിലും,
പ്രാന്തുപിടിപ്പിക്കുന്ന ഒരു മുഴക്കം എന്നവയെ
കരുത്താനുള്ള സ്വാതന്ത്രമേ എനിക്കെന്റെ
ചങ്ങല തന്നിരുന്നള്ളൂ...

5

രാജി

രാജി കോളേജിൽ അറിയപ്പെട്ടിരുന്നത്
ആദിവാസി എന്നായിരുന്നു. തമിഴ്നാട്ടിൽ
നിന്നും കേരളത്തിലേക്ക് വന്ന അവൾക്ക്
തമാശയെന്ന രൂപേണ ആരോക്കെയോ
ചേർന്നിട്ട പേരാണ് ആദിവാസി. അവളുടെ
യഥാർത്ഥ പേരെന്താണെന്നു പലർക്കുമറിയില്ല..
ജീവിതത്തിൽ പലതും നേരിട്ടതുകൊണ്ടാവാം
അവൾക്ക് അതൊന്നും ഒരു
പ്രശ്നമായിയിരുന്നില്ല. അല്ലെങ്കിൽ
രൂപത്തിലും, ഭാവത്തിലും, ജാതിയിലും
മതത്തിലും, തൊലിയുടെ നിറത്തിലും
വ്യത്യാസങ്ങൾ കണ്ടെത്തി
അവഹേളിക്കുന്നവരെ വിളിക്കുന്ന
പേരെന്താണെന്ന് എന്നെങ്കിലുമവർ
തിരിച്ചറിയുമെന്നവൾ കരുതിരിക്കണം.
അവളോട് ആരും അധികം സംസാരിക്കാറില്ല .
അവൾക്ക് മലയാളം അത്രയ്ക്ക്
അറിയാത്തതുകൊണ്ടാണോ, അതോ അവർക്ക്

"

സംസാരിക്കാൻ
താല്പര്യമില്ലാത്തതുകൊണ്ടാണോ? അറിയില്ല.
എനിക്കവളോട് അവളോട് സംസാരിക്കാൻ
ഇഷ്ടമായിരുന്നു. ഇടയ്ക്ക് തമിഴും ഇംഗ്ലീഷും
വേറെയെന്തോ ഭാഷയും കലർത്തി അവൾ
മലയാളം പറയുന്നത് കേൾക്കാൻ തന്നെ ഒരു
പ്രത്യേക രസമായിരുന്നു.
അധികമാർക്കും അറിയാത്ത പലകാര്യങ്ങളും
ആ സംഭാഷണങ്ങളിലൂടെ ഞാൻ അറിഞ്ഞു.
രാജി ശരിക്കും തമിഴ്നാട്ടുകാരിയല്ല.
ശ്രീലങ്കയിൽ നിന്നും വന്നതാണ്. ദാരിദ്ര്യവും
യുദ്ധവുമെന്ന് നമ്മൾ
കേട്ടിട്ടേയുള്ളൂ. അവളത് അനുഭവിച്ചവളാണ്.
അതിന്റെ തീവ്രത തൊട്ടറിഞ്ഞവളാണ്.
ഞാനൊക്കെ പാടത്തും വരമ്പത്തു
ഓടികളിച്ചിരുന്ന, സമയത്ത് അവൾ ജീവന്
വേണ്ടി ഓടുകയായിരുന്നു, ശ്വാസം വിടാൻ
പോലുമാവാതെ ഒളിച്ചിരിക്കുകയായിരുന്നു,
എന്നോർക്കുമ്പോൾ തന്നെ ഉള്ളു
കിടുങ്ങിയിരുന്നു. ഏറ്റവും ദുർഗന്ധം
കത്തിയെരിയുന്ന മനുഷ്യശരീരത്തിനാണെന്ന്
രാജി പറയും. ആ മണം മരിക്കുന്ന വരെ
മറക്കാനാവില്ലെന്നും. അവളുടെ കണ്ണുകളിലെ
ഭയം ഇപ്പോഴും മാഞ്ഞിട്ടില്ല. പലതിനും അവൾ
സാക്ഷിയായിട്ടുണ്ട്. ഓർക്കാൻ പോലുമവൾ
ഇഷ്ടപ്പെടാത്ത പലതിനും.

ഹൃദയത്തിൽ ആഴത്തിൽ പതിഞ്ഞ
ചിത്രമായതുകൊണ്ട് ഒരു ദുസ്വപ്നം പോലെ
അവളുടെ ജീവിതം ഇടയ്ക്ക് മനസിലേക്ക്
കയറി വരും .
ഒരു തകരാനായ തോണിയിലാണ് അവൾ
തമിഴ്നാട്ടിലെത്തിയത്രേ . അച്ഛരന്റെ
ത്യാഗമായിരുന്നു അവളുടെയും അമ്മയുടെയും
ജീവൻ എന്ന് പറയുമ്പോഴൊക്കെ മനസിലുള്ള
അച്ഛരന്റെ മുഖം ഓർത്തെടുക്കാൻ അവൾ
ശ്രമിക്കുന്നത് കാണാമായിരുന്നു. അച്ഛരൻ
ജീവനോടെയുണ്ടോയെന്ന് പോലും അറിയാതെ
ജീവിക്കേണ്ടി വരിക. കടലിന്റെ ഭംഗി മാത്രം
കണ്ടിരുന്ന ഞാൻ അതിനൊരു ഭീകര
രൂപമുണ്ടെന്ന് അറിഞ്ഞത് രാജ്ജിയിലൂടെയാണ്.
നൂറിൽ താഴെ ആളുകൾ മാത്രമാണ്
ആയിരങ്ങൾ തുടങ്ങിയ യാത്ര
അതിജീവിച്ചതെന്നും,പലരെയും പാതി
വഴിയിൽ

കടൽ കൊണ്ടുപോയെന്നും, അതിൽ കൂടുതൽ
ആളുകൾ പട്ടിണി കിടന്നു മരിച്ചെന്നുമൊക്കെ
കേട്ടപ്പോഴുണ്ടായ അതെ മരവിപ്പാണ് കടൽ
കാണുമ്പോൾ പിന്നെ തോന്നാറുള്ളത്.
പ്രിയപ്പെട്ടവരുടെ അഴുകിയ ശരീരം
എന്തുചെയ്യാമെന്നറിയാതെ ഇരിക്കേണ്ടി വന്ന
അവസ്ഥയെ പറ്റിയൊക്കെ അവൾ പറഞ്ഞിരുന്ന
ദിവസങ്ങളിലൊന്നും എനിക്ക് ഭക്ഷണം
കഴിക്കാനായിരുന്നില്ല. പക്ഷേ ഒരു വറ്റുപോലും

കളയാൻ രാജി ആരെയും സമ്മതിക്കില്ല. അതാരായാലും അവൾ ഉറക്കെ ശകാരിക്കും. രാജിയെ ശ്രദ്ധിച്ചു തുടങ്ങിയപ്പോൾ അവൾ പറയാത്ത പലതും ഞാൻ കണ്ടറിഞ്ഞു. അവൾക്കാകെ മൂന്ന് ചുരിദാറേ ഉള്ളൂ. ബാഗില്ല. പുസ്തകങ്ങളും ഭക്ഷണപ്പൊതിയും കയ്യിൽ പിടിച്ചാണ് അവൾ കോളേജിലേക്ക് വരുന്നത്. ക്ലാസ് കഴിഞ്ഞ് അവളൊരു ഇവന്റ് മാനേജ്മെന്റ് കമ്പനിയിൽ ജോലിക്ക് പോയിട്ടാണ് വീട്ടിലെ കാര്യങ്ങൾ നോക്കുന്നതെന്ന് ആരോ പറഞ്ഞുകേട്ടതാണ്.

ഒരിക്കലെന്തോ പറഞ്ഞു വന്നപ്പോൾ രാജി തന്നെയീ കാര്യം പറഞ്ഞു. തമിഴ്നാട്ടിലെത്തി എങ്ങനെ ജീവിക്കണമെന്നറിയാതെ, എന്ത് ജോലിയെടുക്കണമെന്നറിയാതെ അവളുടെ വിശപ്പടക്കാൻ ശരീരം വിറ്റിരുന്ന അമ്മയെ പറ്റി, അതറിയാതെ ജീവിച്ച വർഷങ്ങളെ പറ്റി, അറിഞ്ഞപ്പോൾ തകർന്നുപോയതിനെ പറ്റി. അന്ന് തൊട്ട് ജോലിയും പഠിപ്പും ഒന്നിച്ച് കൊണ്ടുപോവാൻ തുടങ്ങിയതാണത്രേ. ഇന്ന് തളർന്ന കിടക്കുന്ന അമ്മയുടെ കാര്യങ്ങളും കൂടെ നോക്കി ജീവിതം കൊണ്ടുപോകുന്ന, ദിവസവും 4 മണിക്കൂറിൽ താഴെ ഉറങ്ങുന്ന രാജി.

ഒന്നിനും തളർത്താനാവാത്ത, കോളേജിലെ ഏറ്റവും ശക്തയായ വിദ്യാർത്ഥി. ഈ കൊച്ചു ജീവിതത്തിൽ അവൾ കണ്ട കാഴ്ചകൾ ഒരിക്കലും എനിക്ക് ചിന്തിക്കാൻ കൂടി വയ്യ. രാജിക്ക് പഠിച്ചു എന്താവണം എന്ന് ഞാൻ

ചോദിച്ചിട്ടില്ല. പ്രശ്നങ്ങൾ അവസാനിക്കണം എന്നതിലുപരി എന്തോ ഒരു ലക്ഷ്യത്തിന്റെ തിളക്കം അവളുടെ കണ്ണിൽ എനിക്ക് കണ്ടെത്താനായിരുന്നു; എന്താണെന്ന് അറിയാൻ ആയില്ലെങ്കിലും. ചോദിച്ചാൽ പറഞ്ഞേനെ. പക്ഷെ എന്തോ ഞാൻ ചോദിച്ചില്ല. അവളുടെ കൂടെ നടന്നതുകൊണ്ടാവാം പലരും എനിക്കും പേരുകൾ കണ്ടെത്തി തുടങ്ങി. എന്റെ അമ്മ അടക്കം പറഞ്ഞു " ആ കുട്ടി എന്താണ് ഇങ്ങനെ ഇരിക്കുന്നത് " പക്ഷേ ആരും അവളെ അറിഞ്ഞിരുന്നില്ല അറിയാൻ ആഗ്രഹിച്ചുമില്ല. ഇളയരാജയുടെ പാട്ടുകൾ അവളിൽ നിന്നും കടമെടുത്ത് കേട്ടു തുടങ്ങി തമിഴെന്ന പഴമൊഴി എഴുതാനും വായിക്കാനും പഠിച്ചു. കാലങ്ങൾ കഴിയുംതോറും അവളോട് കൂടുതൽ അടുപ്പം തോന്നിത്തുടങ്ങി കൂടെ ജീവിക്കണമെന്ന ആഗ്രഹം ഞാൻ പ്രകടിപ്പിച്ചപ്പോൾ ശരിയാവില്ല എന്ന് പറഞ്ഞു അവൾ നടന്നു നീങ്ങി കാരണം ഞാൻ ചോദിച്ചുമില്ല അവൾ പറഞ്ഞതുമില്ല പലതും ആലോചിച്ച് മനസ്സ് മങ്ങി പോയ ഞാൻ ലക്ഷ്യമില്ലാത്ത പായ്കപ്പൽ പോലെ അലഞ്ഞു. എല്ലാം അറിഞ്ഞു ജീവിക്കുക എന്നത് ഒരു ശിക്ഷയാണ്.അവൾ അങ്ങനെ ജീവിക്കുന്നത് എന്തിനാണ് അറിയില്ല. അവളെന്ന ശാപം ഞാൻ പേറണ്ട എന്ന് കരുതിയാണെന്ന് കൂട്ടുകാരിൽ ആരോ പറഞ്ഞു ശാപമല്ല സമൂഹം ചിലരിൽ കെട്ടിവച്ച വിഴിപ്പാണ്. കോളേജ് കഴിഞ്ഞു പോകാൻ നേരം അവൾ എന്നെ നോക്കി പുഞ്ചിരിച്ചു അതിന്റെ അർഥം

എനിക്ക് മനസ്സിലായില്ല ഒരു മഞ്ഞുകാലം
പോലെയായിരുന്നു അവൾ... ഋതുക്കൾ കടന്നു
പോകുംപോലെ അവളും കടന്നു പോയി

എനിക്ക് മനസ്സിലായില്ല ഒരു മഞ്ഞുകാലം
പോലെയായിരുന്നു അവൾ... ഋതുക്കൾ കടന്നു
പോകുംപോലെ അവളും കടന്നു പോയി

• 23 •

6

സിഗ്നൽ

ഇന്നും ജോലിക്കു പോണമല്ലോ എന്ന മടിയിൽ
ഞാൻ ഉണർന്നു. ഞായറാഴ്ച കഴിഞ്ഞുള്ള
ദിവസം ഉണരാൻ വലിയ പാടാണ്.
എന്നത്തേയും പോലെ ഒരു ചായയുണ്ടാക്കി
ബാൽക്കണിയിലേക്ക് ഉറ്റുനോക്കി കുറെ നേരം
ഞാൻ നിന്നു. നഗരം ഉണർന്നു
വരുന്നതേയുള്ളൂ. ക്ലോക്ക് എന്നെ ഓടി
തോല്പിക്കാൻ തുടങ്ങുന്നത് വരെ ആ നില്പ് നിന്ന്,
ധൃതിയിൽ കുളിച്ചൊരുങ്ങി,ചായക്കടയിൽ നിന്ന്
ഭക്ഷണവും കഴിച്ച് ഞാൻ ജോലിക്കിറങ്ങി. 3, 4
മാസം ഈ ഒരു യാത്ര ഒരു സൈക്കിൾ പോലെ
പോകുന്നു സ്ഥിരം ബസ് യാത്ര.പലതും
പരിചിതമായ മുഖങ്ങളാണ്. ബസിൽ എല്ലാ
ദിവസവും കയറുന്ന ഒരു 6, 7 പേരുണ്ട്.
ഗൾഫിൽ നിന്ന് ജോലി നിർത്തി ടൗണിൽ കട
നടത്തുന്ന അബൂക്ക , ബാങ്കിൽ ജോലി
ചെയ്യുന്ന അജയൻ, സൂപ്പർമാർകെറ്റിൽ പണി
എടുക്കുന്ന വിനു, ഇവരോട് മാത്രമേ ഞാൻ

സംസാരിച്ചിട്ടുള്ളൂ. ബാക്കിയുള്ളവരെയെല്ലാം കാണുന്നു പോകുന്നു അവർ അവരുടേതായ ലോകത്താണ്. ചിലർ വെളിയിലോട്ടു നോക്കി കാഴ്ച കണ്ടിരിക്കും, ചിലർ വായിക്കും, ബാക്കി ചിലർ ഫോണിൽ നോക്കിയിരിക്കും. ആദ്യം ബസിൽ കയറുന്നതുകൊണ്ട് സീറ്റിനു പ്രശ്നമില്ല. എത്ര തിരക്കായാലും ഞാൻ ഇരുന്നേ പോവാറുള്ളൂ.ജീവിതം പോയികൊണ്ടേയിരിക്കുന്നു ഇയ്യിടെയായി മടുപ്പു തോന്നി തുടങ്ങി പതിവ് മുഖങ്ങളിൽ നിന്ന് വ്യത്യസ്തമായി അന്നൊരു സ്ത്രീ കയറി. അവരെ കാണാൻ എന്തോ ഒരു പ്രത്യേക ഐശ്വര്യമായിരുന്നു. 3, 4 ദിവസം സ്ഥിരമായി ഞാൻ കയറുന്ന സ്റ്റോപ്പിൽ നിന്നും അവർ കയറി

പതിയെ അവരെ ഞാൻ ശ്രദ്ധിക്കാൻ തുടങ്ങി. രാവിലെ ബസ് വരുന്നതിനു മുൻപ് വെപ്രാളംപെട്ടു ഓടിക്കിതച്ചു വരും. ഒരു നാൽപ്പത്തിയഞ്ചു അൻപതു വയസുണ്ടെങ്കിലും അവരുടെ മനസ് ചെറുപ്പമാണെന്ന് ഒറ്റ നോട്ടത്തിൽ തന്നെ അറിയാനാവുന്നുണ്ടായിരുന്നു. ബസിൽ ഓരോരുത്തരുടെയും കഥകൾ അവരറിയാതെ അറിയുക എന്നത് എനിക്ക് ആവേശമായിരുന്നു . ബാക്കിയുള്ളവരുടെ കഥകൾ ഏകദേശം മനസിലാക്കിയ ഞാൻ ഇവരുടെ കഥയറിയാൻ വേണ്ടിയുള്ള ശ്രമങ്ങളിൽ ഏർപ്പെട്ടു. പരമാവധി അവർ ഇരിക്കുന്നതിന്റെ പിന്നിൽ തന്നെ ഇരുന്ന് എന്തെങ്കിലും സംഭാഷണങ്ങൾ

കേൾക്കാൻ ശ്രമിക്കുന്നതായിരുന്നു എളുപ്പം.
അവർ നഗരത്തിൽ പുതുതായിട്ട്
താമസിക്കാനെത്തിയതാണ്, അവർക്കൊരു
മകൻ മാത്രമേ ഉള്ളൂ, അവൻ പഠിക്കുകയാണ്
അവർ നഗരത്തിൽ ഏതോ ഒരു കമ്പനിയിൽ
ക്ലീനിങ് സ്റ്റാഫ് ആണ്. ഇത്രയുമായിരുന്നു
എന്റെ രണ്ട ആഴ്ചത്തെ കണ്ടുപിടിത്തം. പിന്നെ
വീടിന്റെ അടുത്ത പുതിയ താമസക്കാർ വന്നു
അത് ഈ അമ്മയും മകനുമായിരുന്നു അവർ
അങ്ങനെ അണിഞ്ഞൊരുങ്ങാറില്ല. കൺമഷി
പോലും ഇടുന്നത് കണ്ടട്ടില്ല . ഒരു ചെറിയ
പൊട്ടു മാത്രം. നരച്ച സാരിയാണ് കൂടുതലും
ഉടുത്തിരുന്നത് . പക്ഷെ മുഖത്തെ ഐശ്വര്യം
അത് മായാതെ തന്നെ അവിടെയുണ്ടാകും .
ഇടയ്ക്ക് മകൻ വിളിച്ചു എന്തൊക്കെയോ
പറയും ബാഗിൽ തപ്പി നോക്കട്ടേയെന്ന്
പറയുന്നത് പലപോഴും കാണാമായിരുന്നു.
അവർ ഞായറാഴ്ച പോലും വെറുതെ
ഇരിക്കുന്നത് ഞാൻ കണ്ടിട്ടില്ല . അതിരാവിലെ
തന്നെ പോകുന്നത് ഞാൻ കണ്ടു ഇനി
അവരുടെ മകനൊരു ജോലി ആയെങ്കിലേ
അവർക്ക് വിശ്രമിക്കാനാവൂ എന്നെനിക്ക്
തോന്നിയിരുന്നു.
ഒരു ദിവസം ഞാൻ രാവിലെ ബാൽക്കണിയിൽ
നിൽക്കേ അവരുടെ വീട്ടിൽ നിന്ന് വല്ലാത്ത
ബഹളം. എന്തെങ്കിലും പ്രശ്നം ആണോ
എന്നറിയാൻ ഞാനങ്ങോട്ട് ചെന്നപ്പോൾ ആ
സ്ത്രീ തലതല്ലി കരയുകയാണ് . മകൻ ബിടെക്
വാഷഔട്ട് ആയി. ആ അമ്മ കരഞ്ഞുകൊണ്ട്

പിന്നെയും എന്തൊക്കെയോ പറയുന്നുണ്ടായിരുന്നു. അവരെ സമാധാനിപ്പിച്ച് ഞാൻ അവനെയും കൊണ്ട് പുറത്തേക്കിറങ്ങി. അവന്റെ ആഗ്രഹം മ്യൂസിക് ചെയ്യാനാണ്. അത് അമ്മക്ക് മനസിലാവുന്നില്ലെന്നാണ് അവന്റെ പരാതി. അവന്റെ തലയിൽ ഒന്നു കേറില്ലെന്നറിഞ്ഞിട്ടും ഞാൻ അവനെ ഉപദേശിച്ചു, ഒരു ഡിഗ്രി ഇന്നത്തെ കാലത്ത് അത്യാവശ്യം ആണെന്ന്. പക്ഷെ അന്നെനിക്ക് ഉറക്കം വന്നില്ല. ജീവിച്ച വഴിയിൽ എവിടെയോ മാഞ്ഞു പോയ എന്റെ സ്വപ്നമായിരുന്നു അന്ന് മുഴുവൻ മനസിൽ. രാവിലെ സ്ഥിരമായി കേൾക്കുന്ന ശബ്ദങ്ങൾ ഒന്നുമില്ലാതെയാണ് ഞാനുണർന്നത്. എന്തോ പന്തികേട് തോണി അതിൽ തുറന്നപ്പോൾ കുറേപേർ കൂടിനിൽക്കുന്നു. ആ അമ്മ മരിച്ചു. ഹാർട്ടിനു ന്തോ പ്രശ്നം ഉണ്ടായിരുന്നു. മാറിയിരിക്കുന്നു മകനെ നോക്കി ഒരാൾ പറഞ്ഞു 'ഈ ചെറുക്കൻ ഹെഡ്സെറ്റ് വെച്ചില്ലായിരുന്നുവെങ്കിൽ ആ സ്ത്രീ രക്ഷപെട്ടേനെ'.

7

माँ

മുംബൈ. രാവിലെതന്നെ ആളുകൾ
എന്തിനെന്നറിയാതെ എലികളെ പോലെ
അങ്ങോട്ടും ഇങ്ങോട്ടും ഓടുന്ന നഗരം.
എവിടേക്ക് പോകുന്നു എന്നറിയാതെ
ജോലി നേടാനുള്ള
പരക്കംപാച്ചിലുകൾ.ആളുകൾ എന്തോ
സാധിക്കണം എന്ന് കരുതി ഓടിട്ടത്തോട്
ഓട്ടം.ആരും ചിരികുന്നില്ല എല്ലാവരുടെയും
മനസിൽ ഒരു ആവലാതിയാണ് അതിനിടയിൽ
ഒരു പയ്യൻ: കയ്യിൽ ഒരു ഗിറ്റാറും,
അവനെല്ലാവരെയും നോക്കും
ചിരിക്കും. പക്ഷെ അവനോടു തിരിച്ചു
ചിരിക്കാൻ പോലും ആളുകൾക്ക്
നേരമില്ല,ഓട്ടമാണ്. ഒരുദിവസം അവൻ ഒരു
പരിചിത മുഖം കണ്ടു.
അതവനെ നോക്കി ചിരിച്ചു, അവൻ തിരിച്ചും.
നടന്നടുക്കുമ്പോഴേക്കും
മധ്യവയസ്കയായ ആ സ്ത്രീ ബസ് കയറി

പോയിരുന്ന. പിറ്റേ ദിവസം
അവൻ അവരോടു സംസാരിച്ചു. അവൻ
കരുതിയ പോലെ തന്നെ അവർ
മലയാളി ആയിരുന്നു.
"നാട്ടിൽ എവിടെയാ "
"തൃപ്രയാർ അടുത്താണ്" അവർ മറുപടി
പറഞ്ഞു
"എവിടെയോ കണ്ട പോലെ തോന്നുന്നുണ്ട്"
അപ്പോഴേക്കും ബസ് വന്നു,
ചിരിച്ചുകൊണ്ട് അവർ കയറിപോയി. ആ
വലിയൊരു നഗരത്തിൽ
സംഗീതം കഴിഞ്ഞു അവർ അവനൊരു കൂട്ടായി
. മൂന്നും നാലും
സംഭാഷണങ്ങൾ മാത്രമേ ഒരുദിവസം
ഉണ്ടാകൂമെങ്കിലും അവർക്കും
അവനും അതൊരു വലിയ
ആശ്വാസമായിരുന്നു.

പതിയെ പതിയെ അവർ കൂട്ടുകാരായി.
പാചകത്തിൽ അസാധ്യ
കഴിവുണ്ടായിരുന്നാ സ്ത്രീ കൊടുത്തിരുന്ന
ചെറിയ കറികൾ അവൻ്റെ
ഹോസ്റ്റൽ ഭക്ഷണത്തിലെ ഭക്ഷണം കഴിക്കാൻ
പാകം ഉള്ളതാക്കി.
അങ്ങനെയിരിക്കെ ഒരു ദിവസം വൈകുന്നേരം
അവർ അവനെ വീട്ടിലേക്ക്
ക്ഷണിച്ചു. നല്ല സദ്യ വെച്ചിട്ടുണ്ട് അവരുടെ
പിറന്നാളാണെന്നു കൂടി

കേട്ടതോടെ പിന്നെ വൈകുന്നേരം എങ്ങനെ
ആവുമെന്ന്
കാത്തിരിക്കുകയായിരുന്നു അവൻ.
വൈകുന്നേരം അവരുടെ കൂടെ
വീട്ടിലേക്ക് നടക്കുമ്പോൾ അവർക്ക്
പതിവിലേറെ സന്തോഷമുണ്ടായിരുന്നു.
പക്ഷേ വീടിനടുത്തേക്ക് എത്തുംതോറും
അവരുടെ മുഖത്ത് ഭയം
കണ്ടുതുടങ്ങി... വിയർത്ത് തുടങ്ങിയ മുഖം
അവർ സാരി തലപ്പ് കൊണ്ട്
തുടയ്ക്കുന്നുണ്ടായിരുന്നു... എന്തു പറ്റി എന്ന്
ചോദിക്കണമെന്നുണ്ടയിരുന്നെങ്കിലും
അതവരുടെ പരിഭ്രമം കൂട്ടും എന്ന്
തോന്നി ഞാൻ മിണ്ടാതെ അവരുടെ പിന്നാലെ
നടന്നു.... ഒരു പഴക്കം ചെന്ന
ഫ്ലാറ്റിനു മുന്നിൽ എത്തിയപ്പോൾ മോൻ ഇവിടെ
നിൽക്കു ഞാൻ ഇപ്പോൾ
വരാം എന്ന് പറഞ്ഞ് അവർ വീടിനു
മുകളിലേക്ക് ഓടികയറി. ശരിയെന്ന്
പറഞ്ഞ് താഴെ നിന്നെങ്കിലും മുകളിൽ ആ
സ്ത്രീയോട് ആരോ

തട്ടികയറുന്നത് കേട്ട് എന്താണെന്നറിയാൻ
അവൻ മുകളിലേക്ക് കയറി...
അവൻ ചെന്നപ്പോൾ അവരുടെ മകനാണെന്ന്
തോന്നുന്ന ഒരു ചെറുപ്പക്കാരൻ
അവരെ ഒരു ദയയുമില്ലാതെ തല്ലുന്നു...
പിടിച്ചുമാറ്റാൻ ചെന്ന അവനെ

അവരുടെ മകൻ തള്ളിയിട്ടു.

പോലീസ് സ്റ്റേഷനിലാണ് ആ വിരുന്ന്
ചെന്നവസാനിച്ചത് അവരെ
ഉപദ്രവിക്കാൻ വന്നയാളെ മകൻ പിടിച്ചു മാറ്റാൻ
ശ്രമിച്ചപ്പോഴുണ്ടായ
കയ്യാങ്കളിയിലാണാ മരണം സംഭവിച്ചതെന്ന്
എഴുതിക്കൊടുത്ത്, മകനേയും
കൊണ്ട് എസ്. ഐ ഓഫീസിൽ നിന്ന്
പുറത്തേക്കിറങ്ങുമ്പോൾ അവർക്ക്
ജീവനില്ലയിരുന്നു... അവരിറങ്ങിയതിന്
പിന്നാലെ കേറിയ
കോൺസ്റ്റബിളിനോട്, ആ പയ്യൻറെ ബോഡി
നാട്ടിലേക്ക് അയ്ക്കാനുള്ള
പണി കുറഞ്ഞു... ആകെ അമ്മ മാത്രമേ ഉള്ളൂ...
ഒരു സ്ത്രീയെ
ഉപദ്രവിക്കാൻ പോയ മകനെ എനിക്ക്
വേണ്ടെന്നാ അമ്മ പറഞ്ഞു' എന്നും കൂടെ കേട്ട്
ജീവച്ഛവം പോലെ ആ സ്ത്രീ നടന്നു നീങ്ങി

8

പപ്പൻ

ആദ്യമായി പപ്പനെ കാണുന്നത് എനിക്ക്
ഭക്ഷണം ഡെലിവറി ചെയ്തപ്പോളാണ്. ഒരു
ചെറിയ പയ്യൻ. വിളിപ്പേരായിരുന്നു പപ്പൻ.
അങ്ങനെ വിളിക്കുന്നതാണ് അവനിഷ്ടം.
അടുത്തൊരു കോളേജിൽ ഡിഗ്രിക്ക്
പഠിക്കുകയാണ്. വല്ല്യ ഉദ്യോഗം
നേടാനാമെന്നുനൊന്നും
അവനാഗ്രഹമുണ്ടായിരുന്നില്ല. വരയ്ക്കണം,
ഒരുപാട് ചിത്രങ്ങൾ വരയ്ക്കണം അത്
മാത്രമായിരുന്നു അവന്റെ മനസ്സിൽ. പക്ഷെ
ജനിച്ചു, പഠിച്ചു, ജോലി ചെയ്തു, മരിച്ചു;
അങ്ങനെ ജീവിച്ച 'സാധാരണക്കാരിൽ
സാധാരണക്കാരനായ' എന്ന
വിശേഷിപ്പിക്കാവുന്ന അവന്റെ അച്ഛരൻ
അടിച്ചേൽപ്പിച്ച ജീവിതം അയാളുടെ
മരണശേഷവും പിന്തുടരാനായിരുന്നു അവന്റെ
വിധി. 'ചിത്രം വരച്ചാൽ എന്താവാനാ?' എന്ന
അവന്റെ അച്ഛരന്റെ ചോദ്യം, അയാളുടെ

മരണശേഷം 'നിന്നെക്കൊണ്ട് അതൊന്നും പറ്റില്ല, വേഗം ഒരു ജോലി വാങ്ങി കുടുംബം നോക്കാൻ നോക്ക്' എന്ന പ്രസ്താവനയിലേക്ക് അവന്റെ അമ്മയെ കൊണ്ട് എത്തിച്ചിരുന്നു എന്നതായിരുന്നു കാരണം. .ജീവിതത്തിൽ എന്തെങ്കിലുമൊക്കെ ചെയ്യണമെന്നാഗ്രഹിച്ച, മരിച്ചാലും അവന്റെ ചിത്രങ്ങൾ അവനെ കുറിച്ച് പറയും എന്ന് വിശ്വസിച്ചിരുന്ന, പപ്പൻ .അഭിനിവേശങ്ങൾക്ക് പുറകെ പോവാൻ കഴിയാത്ത , ചക്രവ്യൂഹത്തിൽ പെട്ട അഭിമന്യു കണക്കെയുള്ള അവന്റെ ജീവിതം വളരെ കുറച്ച് സംഭാഷണങ്ങൾ കൊണ്ട് തന്നെ എനിക്കറിയാൻ കഴിഞ്ഞു.

വായിക്കും എഴുത്തും എന്നൊക്കെ എന്നെപ്പറ്റിയും മനസിലാക്കിയത് കൊണ്ടാവണം അവൻ ഇടയ്ക്ക് ചിത്രങ്ങൾ കാണിച്ച് എന്നോട് അഭിപ്രായങ്ങൾ ചോദിക്കാൻ തുടങ്ങി. ആധികാരികമായി വിലയിരുത്താൻ അറിയില്ലെങ്കിലും അവനെ ചിത്രങ്ങളിൽ ഒരു പുതുമയുണ്ടായിരുന്നു എന്നെനിക്ക് മനസിലാക്കാൻ കഴിഞ്ഞു. ഒരുപാട് കഥകൾ ഒളിപ്പിച്ചുവച്ച, സംസാരിക്കുന്ന,ആരെയും ആകർഷിക്കാൻ കഴിയുന്ന ചിത്രങ്ങളായിരുന്നു അവയോരോന്നും. അവൻ കുത്തി വരക്കുന്നതിൽപോലും ചിന്തിപ്പിക്കുന്ന എന്തെങ്കിലും ഉണ്ടായിരുന്നു എന്നത് എന്നെ തെല്ലൊന്നുമല്ല അത്ഭുതപ്പെടുത്തിയിരുന്നത് . എന്തിനുവേണ്ടിയാണ് ജീവിക്കുന്നതെന്നുപോലുമറിയാതെ

ജീവിതമെന്ന ചക്രം തിരിക്കാൻ
പാടുപെട്ടോടുന്ന ആളുകൾക്കിടയിൽ,
സ്വപ്നങ്ങൾ എത്തിപ്പിടിക്കാൻ കൈക്കൾക്ക്
ഒഴിവില്ലെങ്കിലും, ശ്രമിച്ചുകൊണ്ടേയിരുന്ന്,
അവരിലൊരാളായി മാറാതിരിക്കാൻ
കഷ്ടപെടുകയായിരുന്നു പപ്പൻ. ഉച്ചവരെ
ക്ലാസ്സിൽ പോയും അതിനുശേഷം ഡെലിവറി
ബോയ് ആയും, രാത്രി തിയേറ്ററിൽ ജോലിക്ക്
നിന്നുമൊക്കെയാണ് അവൻ വീടുനോക്കാനുള്ള
വക കണ്ടെത്തിയിരുന്നത്. അതിനിടയിൽ
അവൻ വരയ്ക്കാൻ എങ്ങനെയാണ്
സമയമുണ്ടാക്കുന്നതെന്നെനിക്ക്
മനസിലാവുന്നുണ്ടായിരുന്നില്ല. അവനോട്
കുറച്ച നേരം സംസാരിച്ചുകഴിഞ്ഞാൽ പിന്നെ
ജീവിതത്തെ നോക്കിക്കാണാൻ തന്നെയെനിക്ക്
എന്തെന്നറിയാത്ത ഒരു ഉത്സാഹമായിരുന്നു.
ഏതോ ഒരു ഊർജം അവനിൽ തിന്നു
വരുന്നതായി എന്റെ അബോധമനസിൽ
എവിടെയോ ഒരു ചിത്രം കിടപ്പുണ്ടെന്ന്
എനിക്കിടയ്ക്കു തോന്നും. അതൊരിക്കലും
മായില്ലെന്ന് എനിക്കുറപ്പായിരുന്നു.

എന്റെ ഇടയ്ക്കുള്ള യാത്രകളും
ജോലിസംബദ്ധമായ തിരക്കുകളും കാരണം
സ്ഥിരമായുള്ള അവന്റെ വരവ്
കുറഞ്ഞുതുടങ്ങിയെങ്കിലും, ശ്വാസംമുട്ടിക്കുന്ന
മനുഷ്യർക്കിടയിൽ അകപെടുമ്പോഴൊക്കെ
ഒരാശ്വാസത്തിന്ന്

വിളിച്ചിരുന്നതവനെയായിരുന്നു.
കണ്ടറിഞ്ഞതും കേട്ടറിഞ്ഞതുമായ
ലോകത്തിന്റെ നിലനില്പിനെ പറ്റിവരെയുള്ള
നീണ്ടചർച്ചകൾ ഇടയ്ക്കൊരുദിവസം പെട്ടെന്നു
നിന്നു. നിലവില്ലിലാത്ത ഫോൺ നമ്പർ ഒരുപാട്
കാലം സ്പീഡ് ഡയലിൽ സൂക്ഷിച്ചിരുന്നപ്പോൾ
ഒരു വിശ്വാസമുണ്ടായിരുന്നു. എന്നെകിലും
എവിടെയെങ്കിലും ആ മുഖം പിന്നെയും
കാണുമെന്നും എല്ലാരും അറിയുന്ന ഒരു
ചിത്രകാരൻ ആയിരിക്കും അവൻ അന്നെന്നും.
പപ്പനെ പപ്പനല്ലാതെ കാണേണ്ടി വരുമെന്ന്
പക്ഷെ ഒരിക്കലും ഞാൻ പ്രതീക്ഷിച്ചിരുന്നില്ല. .
ഒരാവശ്യത്തിനായി തമിഴ്നാട്ടിൽ പോയ
സമയത്തായിരുന്നു പിന്നെ പപ്പനെ ഞാൻ
പിന്നെ കാണുന്നത്.
വൈകുന്നേരം ഏതോ കമ്പനിയിലെ
ജോലിഭാരം ഇറക്കിവച്ച് ക്ഷീണിച്ചവശനായി
ഒരു പക്കാ ഓഫീസിൽ വേഷത്തിൽ അവനെ
കണ്ട് എനിക്കാദ്യം ആളെ തെറ്റിയതാണോ
എന്നുവരെ തോന്നിപോയി. അവൻ ആളാകെ
ആകെ മാറിയിരുന്നു . അവന്റെ മുറിയിൽ
ചെന്നിരുന്ന് കുറെ നേരത്തേക്ക് ഞങ്ങളൊന്നും
സംസാരിച്ചില്ല. ഒരു ചിത്രം പോലുമില്ലാത്ത ആ
മുറിയിൽ, മാസങ്ങൾ ആണോ ചുറ്റുമുള്ള
ആളുകളാണോ അവനെ മാറ്റിയതെന്നറിയാതെ,
എവിടെ തുടങ്ങണം എന്നറിയാതെയുള്ള എന്റെ
ഇരിപ്പ് കണ്ട് എന്റെ ഇരിപ്പ് കണ്ട് അവൻ
തന്നെയാണ് എല്ലാം ഞാൻ ചോദിക്കാതെ തന്നെ
പറഞ്ഞത്. വരയ്ക്കുന്നില്ലേ ഇപ്പോൾ എന്നു

മാത്രമായിരുന്നു എനിക്ക് അറിയേണ്ടിരുന്നത്.
ഒരു പുഞ്ചിരി മാത്രമായിരുന്നു ആ ചോദ്യത്തിന്
മറുപടി.
ആരോ എഴുതിയ നാടകത്തിൽ,ഇറങ്ങിയോടാൻ
വെമ്പുന്നമനസോടെ നിൽക്കുന്ന
പ്രധാനകഥാപാത്രം; അതായിരുന്നു പപ്പൻ.
പക്ഷെ അവന്റെ മനസിൽ അരങ്ങേറിയ
നാടകത്തിൽ ഇറങ്ങിയോടുന്ന
പ്രധാനകഥാപാത്രമില്ലായിരുന്നു.
മുഖംമൂടിയണിയാൻ അവനും ശീലിച്ചു
എന്നറിഞ്ഞ് തകർന്ന മനസോടെയാണ് ഞാൻ
തിരിച്ചിറങ്ങിയത്. ഞാനറിയുന്ന പപ്പൻ
മരിച്ചുകഴിഞ്ഞിരുന്നു എന്നെനിക്ക്
വിശ്വസിക്കാനാവുന്നുണ്ടായിരുന്നില്ല.
അവനോടെനിക്ക് ദേഷ്യമില്ലായിരുന്നു. .
ജോലിക്കിടയിലും കല കൊണ്ടുപോകാം എന്നു
പറഞ്ഞ് കലാകാരന്മാരെ നിർദ്ദാക്ഷിണ്യം
കൊന്നുകളയുന്നവരോടായിരുന്നു എന്റെ സകല
ദേഷ്യവും.പപ്പൻ എന്ന ചിത്രകാരൻ മരിച്ചു,
അധവാ കൊല്ലപെട്ടു. ആ ശവത്തിനെ മുഖമൂടി
അണിയിച്ച് പാവക്കൂത്ത് നടത്തുന്ന ഒരുകൂട്ടം
മനുഷ്യർ. കാണുന്നവരെയെല്ലാം ഇനിയാ കണ്ണി
ല്ലേ ഇനിയെനിക്ക് കാണാനാവൂ എന്ന്
മനസെന്നെ
പറഞ്ഞുപഠിപ്പിക്കുന്നുണ്ടായിരുന്നു...

9

ഒറ്റയാൻ

സ്കൂൾ വിട്ട് വീട്ടിലേക്ക് ബസ്
കാത്തുനിൽക്കുബോഴാണ് ഞാനയാളെ
കാണാറുള്ളത്. ആരോ പറഞ്ഞറിഞ്ഞതാണ്
ഒറ്റയാൻ എന്ന പേര്. ശരിക്കുള്ള പേരു ആരും
പറഞ്ഞു കേട്ടിരുന്നില്ല. ചിലപ്പോളതാർക്കും
അറിയുന്നുമുണ്ടാവില്ല. ബസ്റ്റോപ്പിനടുത്ത്
ഒരു നീല ടാർപ്പായയ്ക്ക് താഴെയായി, ആരോടും
ഇതുവരെ വർത്തമാനം പറയാതെ
എല്ലാവരുടെയും സംഭാഷണങ്ങൾ ശ്രദ്ധിച്ച്,
ഇടയ്ക്ക് ആർത്തു ചിരിക്കുന്ന ഒരു മനുഷ്യൻ.
ആരെങ്കിലും ഭക്ഷണം കൊടുത്താൽ അത്
വാങ്ങിക്കും, അയാളെ തലയിൽ തൊട്ട്
അനുഗ്രഹിക്കും, പൈസ കൊടുത്താൽ അത്
വാങ്ങി കൈയ്യിൽ വെക്കും. ഒരു നോട്ടം കൊണ്ട്
പോലും അയാൾ ആരെയും വേദനിപ്പിക്കുന്നത്
ഞാനിതുവരെ കണ്ടിട്ടില്ല. ആരെയും
ഉപദ്രവിക്കാതെ വരുന്നവരെയും
പോകുന്നവരെയും നോക്കി വെറുതെ

അയാളങ്ങനെ രാവുപകലിരിക്കും.പക്ഷേ
എന്തോ എല്ലാവർക്കും ഒറ്റയാനെ പേടിയാണ്.
കുട്ടികാലത്തെങ്ങോ 'മുഴുവൻ കഴിച്ചില്ലെങ്കിൽ
പിടിച്ചുകൊണ്ട് പോകും' എന്ന പറഞ്ഞു
ഭക്ഷണം കഴിപ്പിക്കാൻ നോക്കുന്ന അമ്മമാർ
മനസ്സിൽ അടിച്ചേൽപ്പിക്കുന്ന മുഖങ്ങളുടെ
സാദൃശ്യം അയാൾക്കുള്ളതുകൊണ്ടാവണം !!
എല്ലാ തരം മനുഷ്യരെയും അടുത്തറിയണം
എന്ന ഒരു സൈക്കോളജി വിദ്യാർത്ഥിയുടെ
ജിഞ്ജ്യാസ എത്രയോ വട്ടം അയാൾക്കരികിൽ
ചെന്നിരുന്നു കുശലം പറയാൻ എന്നെ കൊണ്ട്
ഇരുത്തിയെങ്കിലും ഒരിക്കൽപോലും
അയാളെന്നെ കണ്ടതായി പോലും
ഭാവിച്ചിരുന്നില്ല. സംസാരിക്കാൻ
അറിയാഞ്ഞിട്ടല്ല, മറിച്ച് മനസു തുറക്കില്ലെന്ന
ശാഠ്യമായിരുന്നു ഒറ്റയാന്. ഒരുപക്ഷെ ഈ
ലോകത്തോട് അയാൾക്ക് പറയാൻ
ഒന്നുമുണ്ടാവില്ലായിരിക്കും !! പറയാൻ
ശ്രമിച്ചാലും ഞാനൊഴികെ മറ്റാരും കേട്ടതായി
പോലും ഭാവിക്കില്ലെന്ന് എനിക്കിടയ്ക്ക്
തോന്നാറുണ്ട്. ചിലപ്പോൾ ഒരുകാലത്ത് ഒരുപാട്
പറഞ്ഞ് അക്ഷരങ്ങൾ വറ്റിപോയിരിക്കും!!
സംസാരിക്കാൻ താല്പര്യപെടാത്ത ഒരാളെപ്പറ്റി
ഉണ്ടാക്കിയെടുക്കുന്ന ഊഹാപോഹങ്ങൾ...
ഒരുദിവസം വൈകുന്നേരം. പതിവുപോലെ
കുശലം ചോദിച്ച് മറുപടി കിട്ടാതെ, ബസ്
വരുമ്പോൾ പോയിവരാമെന്നു പറഞ്ഞ് കയറി
പോവാം എന്ന് കരുതി അടുത്തോട്ട് ചെന്ന
എന്നെ നോക്കി ഒറ്റയാൻ ആദ്യമായി

സംസാരിച്ചു . " പോ എനിക്കാരുംവേണ്ട " എന്ന ഘനഗംഭീര്യമുള്ള രണ്ട വാക്ക്. ആ ഒച്ചയിടൽ കേട്ട് ഭയത്തേക്കാൾ കൂടുതൽ ആകാംക്ഷയാണ് എനിക്ക് തോന്നിയത്. ശബ്ദം കേട്ട് അവിടെയുള്ളവർ മുഴുവൻ എന്നെനോക്കിയെങ്കിലും എന്നെയതൊന്നും ബാധിക്കുന്നുണ്ടായിരുന്നില്ല. കൂടുതൽ വിഷമിപ്പിക്കേണ്ട അയാളെയെന്നു കരുതി ഞാൻ ഒരൽപം മാറി നിന്ന് അയാളെ നോക്കി. അറിയാക്കുന്നവർ ആരോ എന്നെ നോക്കി കളിയാക്കി ചിരിക്കുന്നുണ്ടായിരുന്നു. കഷ്ടം!! എന്ന് മനസ്സിൽ തോന്നിയെങ്കിലും ആ ഒരു വാക്കുപോലും അവരൊന്നും അർഹിക്കുന്നില്ല എന്നെനിക്ക് പൂർണ്ണബോധ്യമുണ്ടായിരുന്നു. ബസ് മുന്നോട്ടെടുക്കുമ്പോൾ വെറുതെ ഒന്നുകൂടെ ഞാനയാളെ തിരിഞ്ഞുനോക്കി. കണ്ണുനീരടക്കാൻ ആ മനുഷ്യൻ പാടുപെടുന്നുണ്ടായിരുന്നു. പിറ്റേന്ന് രാവിലെ ഒറ്റയാനെ അവിടെ കണ്ടില്ല. ഭാണ്ഡകെട്ടും സാധനങ്ങളും ഞാൻ വൈകുന്നേരം തിരിച്ചുവരുമ്പോഴും അവിടെ തന്നെയുണ്ട്. ആരോ രണ്ടു മൂന്നു പേര് ആ ഭാണ്ഡത്തിൽ നിന്ന് പറ്റുന്നതെന്തെങ്കിലും കിട്ടുമോ എന്നു തിരക്കി തോൽവിസമ്മതിച്ച് മടങ്ങുമ്പോഴാണ് ഞാൻ എത്തിയത്. ഒറ്റയാന് വിലപ്പെട്ടത് അവർക്ക് വിലപ്പെട്ടതാവില്ലെന്ന് അറിയാവുന്നത്കൊണ്ട് ഞാൻ ആ കെട്ടുകൾ തപ്പിനോക്കി. കുറച്ചു മുഷിഞ്ഞ ഷർട്ടും മുണ്ടും പിന്നെ ദുർഗന്ധം വമിക്കുന്ന കുറച്ചു

കടലാസും. അതിൽനിന്നു ഒറ്റയാന്റെ പഴയ
ഫോട്ടോ കിട്ടി, പിന്നെ ഒരു പേഴ്സും.
പേഴ്സിൽ ആകെയുണ്ടായിരുന്നത്
ആരൊക്കെയോ കൊടുത്ത ചില്ലറത്തുട്ടുകളും
ഒരമ്മയും കുട്ടിയും ചേർന്നുനിൽക്കുന്ന
ചിത്രവുമായിരുന്നു. സ്ത്രീയുടെ ചിത്രത്തിൽ
പേന കൊണ്ട് കറുപ്പിച്ചിരുന്നു. സൂക്ഷിച്ച
നോക്കിയെങ്കിലും
തിരിച്ചറിയാനാവുന്നുണ്ടായിരുന്നില്ല
രണ്ടുപേരുടെയും മുഖങ്ങൾ. അതെടുത്തു
ഞാൻ ബാഗിലിട്ടു. കുറച്ച ദിവസങ്ങൾക്ക്
ശേഷം ഞാൻ ആ ബസ്റ്റോപ്പിൽ എത്തുമ്പോൾ
ആ ഭാണ്ഡകെട്ട് അവിടെയില്ലായിരുന്നു.
ദുർഗന്ധം വമിച്ചു തുടങ്ങിയപ്പോൾ ആളുകൾ
അതെടുത്തു കത്തിച്ചോ? അതോ ഏതെങ്കിലും
പുതിയ കാട്ടിലെ ഒറ്റയാനായി ഇപ്പോൾ
നടക്കുന്നുണ്ടാവുമോ?!

10

ദീപ

സെമസ്റ്റർ ലീവ് എന്ന് കേട്ട ഉടനെ വീട്ടിലേക്ക് പോകാനുള്ള ബാഗ് തയ്യാറാക്കി വെച്ചിരുന്നതാണ്. പക്ഷേ ഹോസ്റ്റലിൽ നിന്ന് അവസാനം ഇറങ്ങിയത് ഞാനായിരുന്നു. തോറ്റ പരീക്ഷകൾ എഴുതാൻ നിന്നതിനാൽ ഇറങ്ങാൻ രാത്രിയായി. കൂട്ടുകാർ കാത്തുനിൽക്കാമെന്ന് പറഞ്ഞിരുന്നെങ്കിലും അവരെങ്കിലും നേരത്തിനും കാലത്തിനും വീട്ടിലെത്തിക്കോട്ടെ എന്ന് വിചാരിച്ച് ഞാൻ വേണ്ടെന്നു പറഞ്ഞതാണ്.അല്ല ആരും നിൽക്കില്ലെന്ന് ഉറപ്പായിരുന്നു

ട്രെയിൻ കുറച്ച് അധികം ലേറ്റ് ആയിരുന്നു. പ്ലാറ്റ്ഫോമിലെ തണുപ്പും കൊതുകടിയും ഒറ്റയ്ക്കിരുന്നു കൊള്ളേണ്ടി വന്നു. രാത്രി യാത്ര എന്ന് പറഞ്ഞാൽ എപ്പോഴും ഒരു ചങ്കിടിപ്പാണ്... ഒറ്റയ്ക്ക് യാത്ര ചെയ്ത് അത്ര ശീലമില്ലാത്തതിനാൽ ഒരു ഭയം ഇടയ്ക്കിടെ എന്നെ എത്തിനോക്കികൊണ്ടിരുന്നു.

ക്ഷീണം ഉണ്ടായിരുന്നതിനാൽ ട്രെയിനിൽ കേറി ഇരുന്ന ഉടനെ ഞാൻ ഉറക്കം പിടിച്ചു. ഇടയ്ക്ക് എപ്പോഴോ ശബ്ദം കേട്ട് ഞെട്ടി ഉണർന്ന് ഞാൻ നോക്കുമ്പോൾ, അടുത്ത് ആരോ ഇരിക്കുന്നുണ്ട്. നിറം മങ്ങിയ സാരിയുടുത്ത്, മുല്ലപ്പൂ മണം പരത്തുന്ന ആരോ. സൂക്ഷിച്ച് നോക്കിയതിനുശേഷമാണ് അവരൊരു ഒരു ട്രാൻസ്ജെൻഡർ യുവതിയാവാം എന്ന തോന്നലെന്നിൽ ഉണ്ടായത്. ഞാനറിയാതെ തന്നെ ഞാൻ പെട്ടെന്ന് കുറച്ച് ഒതുങ്ങിയിരുന്നു. എന്തോ അവരെ ഭയമായിരുന്നു എനിക്ക്... അവരുടെയൊപ്പമിരുന്നാൽ അവരെപ്പോലെ ആയി പോകുമോ എന്ന ഭയം... ചെറുപ്പത്തിൽ ആരോ എന്നിൽ അടിച്ചേൽപ്പിച്ച ഭയം. എന്റെ മുഖം കണ്ടിട്ടാവണം അവർ അടുത്ത സീറ്റിലേക്ക് മാറിയിരുന്നു. ആ ഒരു നിമിഷം ഞാൻ എന്നെ തന്നെ വെറുത്തു പോയി. അവരും ഞാനും തമ്മിൽ എന്താണ് വ്യത്യാസം!! ആ സ്ത്രീ എന്റെടുത്തിരുന്നാൽ എനിയ്ക്കെന്ത് സംഭവിക്കാനാണ്!! ഇത്രയും അധപതിച്ച ചിന്താഗതികൾ എന്റെയുള്ളിൽ ഉണ്ടായിരുന്നോ!! ചുറ്റുമുള്ളവരെല്ലാം അവരെ നോക്കി പിറുപിറുക്കുന്നുണ്ടായിരുന്നു. ചെന്നിരുന്ന സീറ്റിലുള്ള യുവതി എഴുന്നേറ്റ് നിൽക്കുന്നത് കണ്ടിട്ടാവണമത്. അവരെ ആ അവസ്ഥയിൽ കണ്ടപ്പോൾ സഹിക്കാൻ കഴിഞ്ഞില്ല. പതിയെ ബാഗ് എടുത്ത് ഞാൻ അവിടെ ചെന്നിരുന്നു. ഇവനല്ലേ രണ്ടുമിനിറ്റ് മുമ്പ് എന്നെ കണ്ട് പേടിച്ചത് എന്ന് ഓർത്തിട്ട്

ആവണം അവരെന്നെ നോക്കി ചിരിച്ചു. ഞാൻ തിരിച്ചും. അങ്ങനെയൊന്നുമില്ലെങ്കിലും, എന്തോ എന്റെ ആ ചിരിക്ക് അവരുടെ ജീവിതം മാറ്റാനുള്ള കഴിവുണ്ടെന്ന് തോന്നി പോയി പെട്ടെന്നെനിക്ക്.

ഒരുപാട് സമയത്തെ യാത്രയുള്ളതുകൊണ്ടും, ഉറക്കം ഏതോ ഏതോ വഴിക്ക് ഇറങ്ങിപോയതുകൊണ്ടും, വേറെയൊന്നും ചെയ്യാൻ ഇല്ലാതെ ഞാൻ അവരോട് സംസാരിക്കാൻ തുടങ്ങി.

അവരുടെ പേര് ദീപ എന്നായിരുന്നു. അവർക്ക് ആരുമില്ലെന്നും തനിച്ചാണ് ജീവിതം എന്നും മനസ്സിലാക്കാൻ അധികം സമയം വേണ്ടിവന്നില്ല. തന്റെ സ്വത്വം തിരിച്ചറിഞ്ഞു എന്ന ഒറ്റ കാരണം കൊണ്ട് വീട് വിട്ട് ഇറങ്ങേണ്ടി വന്ന ഒരുപാട് പേരിൽ ഒരാളായിരുന്നു ദീപയും. അവരുടെ പഴയ പേര് എന്തായിരുന്നിരിക്കും എന്ന ചോദ്യമാണ് മനസ്സിൽ ആദ്യം വന്നതെങ്കിലും ഞാനത് ചോദിച്ചില്ല. അവരത് പറയില്ല എന്ന് എനിക്ക് തോന്നിയത് കൊണ്ട് മാത്രമല്ല, അതിന് ഇന്ന് പ്രസക്തി ഇല്ലെന്ന് അറിയാവുന്നതുകൊണ്ട് കൂടി. ഒരു ജോലിക്ക് വേണ്ടിയുള്ള ഓട്ടത്തിലായിരുന്നു ദീപ. പിഎസ്സി ടെസ്റ്റ് കഴിഞ്ഞ് വരുന്ന വഴിയാണ്. സംസാരിക്കാൻ ഞാൻ തുടങ്ങി വെച്ചെന്നേയുള്ളൂ. കൂടുതൽ സംസാരിച്ചത് ദീപയായിരുന്നു. അവർക്കെന്തോ സംസാരിക്കാൻ ആർത്തിയായിരുന്നു. ജീവിതത്തിൽ ഇതുവരെ ആരോടും

സംസാരിക്കാത്തത് പോലെ തോന്നിപ്പോയി.
അവരോടൊപ്പം ഇരിക്കുന്നു എന്ന ഒറ്റ കാരണം
കൊണ്ട് മാറിമാറി വരുന്ന ആളുകൾ എന്നെ
നോക്കുന്നുണ്ടായിരുന്നു. എത്ര കഷ്ടമാണ്
ദീപയുടെ ജീവിതം എന്ന് മനസിലാക്കാൻ ആ
നോട്ടങ്ങൾ തന്നെ ധാരാളമായിരുന്നു.
പല സ്ഥാപനങ്ങളിൽ നിന്നും പുറത്താക്കപ്പെട്ട്,
സ്ഥിരമായ ഒരു ജോലിയില്ലാതെ, പല
ചൂഷണങ്ങൾക്കും ഇരയായി ഒരു ജീവിതം...
നല്ല വിദ്യാഭ്യാസം ഉള്ള പലരും ഇങ്ങനെയുള്ള
സാഹചര്യങ്ങളിൽ പെട്ടാണ് ട്രെയിനിൽ
പിച്ചയെടുക്കാനും മറ്റും പോകുന്നതെന് ദീപ
പറഞ്ഞാണ് എനിക്ക് മനസ്സിലായത്. ഒരു
കൊച്ചു കുട്ടിയുടെ കൗതുകത്തോടെ ഞാൻ
ചോദ്യങ്ങൾ ചോദിച്ചുകൊണ്ടേയിരുന്നു. നിങ്ങൾ
ആരെയാണ് പ്രണയിക്കുക!! നിങ്ങൾ
എങ്ങനെയാണ് നിങ്ങളെ തിരിച്ചറിഞ്ഞത്!!
പഴയതിലേക്ക് തിരിച്ചു പോകണം എന്ന്
തോന്നിയിട്ടുണ്ടോ!! എന്നിങ്ങനെയുള്ള മണ്ടൻ
ചോദ്യങ്ങളായിരുന്നു എല്ലാം. വായിച്ചറിയാവുന്ന
കാര്യങ്ങൾ പോലും എനിക്കറിയില്ല എന്നത്
വളരെ വ്യക്തമായിരുന്നിട്ടുകൂടി, വളരെ
ക്ഷമയോടെ എന്റെ എല്ലാ ചോദ്യങ്ങൾക്കും
അവർ കൃത്യമായി മറുപടി തരാൻ
ശ്രമിച്ചിരുന്നു.

പ്രണയിക്കുന്നതിനെ പറ്റിയുള്ള ചോദ്യത്തിനുള്ള
ഒരു മറുപടി വ്യത്യസ്തമായിരുന്നു. "ആർക്കും

ആരെ വേണേലും പ്രണയിക്കാം. അങ്ങനെ നിബന്ധനയൊന്നുമില്ല ഈ ലോകത്ത്. ഒരാളെയും വേദനിപ്പിച്ചുകൊണ്ടാവരുത് അതെന്നു മാത്രമേയുള്ളൂ. "ആലോചിച്ചപ്പോൾ ശരിയാണ്. ഈ ലോകത്ത് എന്താണ് ചെയ്യാൻ പാടില്ലാത്തത്, ചെയ്യാൻ പാടുള്ളത് എന്നൊക്കെ തീരുമാനിക്കുന്നത് നമ്മൾ തന്നെയല്ലേ!! വ്യക്തികൾ തീരുമാനിക്കുന്നത് ആചാരങ്ങളായി തുടർന്ന് വരുന്നു. വേറെയൊന്നുമില്ല; അവ കുറച്ച് സന്തോഷങ്ങൾ, ജീവിതങ്ങൾ, നന്മകൾ ഇല്ലാതാക്കുന്നു... അത്രമാത്രം. രാത്രിയെ] പേടിക്കുന്നവർ രാത്രി പുറത്തിറങ്ങരുത് എന്ന് പറയുന്നതുപോലെയായിരുന്നു പലതും. എപ്പോഴെങ്കിലും രാത്രി പുറത്തിറങ്ങാനുള്ള ധൈര്യം അവർ കാണിച്ചിരുന്നെങ്കിൽ, രാത്രിയുടെ ഭംഗി അവർ അറിഞ്ഞിരുന്നെങ്കിൽ അവരങ്ങനെ പറയില്ലായിരുന്നു. എനിക്കുണ്ടായിരുന്ന പേടികളെല്ലാം ദീപ വളരെ പെട്ടെന്നാണ് തുടച്ചു മാറ്റിയത്. ആൺ പെൺ വേർതിരിവുകളുള്ള പാതകളിലൂടെ നടക്കാനാവാത്തത് കൊണ്ട് മാത്രം പലപ്പോഴും വേണ്ടെന്നു വയ്ക്കേണ്ടിവന്ന ഒരുപാട് സ്വപ്നങ്ങൾ ഉണ്ടായിരുന്നു ദീപയ്ക്ക്. എല്ലാം കേട്ടിരുന്ന് തന്നെകൊണ്ട് പറ്റും എന്ന് പറഞ്ഞ് പ്രോത്സാഹിപ്പിക്കാൻ മാത്രമേ എനിക്ക് അറിയുന്നുണ്ടായിരുന്നുള്ളൂ. അവർക്ക് എന്നോട് സംസാരിക്കുന്നത് തന്നെ വലിയൊരു ആശ്വാസമായിരുന്നു എന്നവരുടെ മുഖത്തുണ്ടായിരുന്നു.

ഭയത്തോടെയാണെങ്കിലും അവരെ
മനസിലാക്കാൻ ശ്രമിക്കുന്നുണ്ടല്ലോ
എന്നതുകൊണ്ടാവുമത് എന്ന് ഞാൻ ഊഹിച്ചു.
ഞങ്ങളങ്ങനെ
സംസാരിച്ചുകൊണ്ടിരിക്കുന്നതിനിടയ്ക്കാണ്
കയ്യിൽ ഒരു ചെണ്ടയുമായി ഒരു യുവതി
ട്രെയിനിലേക്ക് കയറിവന്നത്. ദീപയെ പോലെ
ഒരാളാണ് അവരെന്ന് തിരിച്ചറിയാൻ അധിക
സമയം വേണ്ടി വന്നില്ല. അവർ കൈകൊട്ടി
എന്റെ മുന്നിൽ കൈനീട്ടി. ഒരുനിമിഷം
ദീപയാണ് അതെന്നു എനിക്ക് തോന്നി, ഞാൻ
ദീപയെ തിരിഞ്ഞു നോക്കി. അവരുടെ
കണ്ണുകൾ നിറഞ്ഞിരിക്കുകയായിരുന്നു.
നാളെ തനിക്കും ഈ അവസ്ഥ വരുമോ എന്ന
ഭയം...
വിദ്യാഭ്യാസം പോലും തനിക്ക് സംരക്ഷണം
തരില്ല എന്ന ഭയം...
മനുഷ്യരെല്ലാം തന്നെ വെറുപ്പോടെയേ നോക്കു
എന്ന ഭയം...
ആ സ്ത്രീ ഞങ്ങളെ നോക്കി ചിരിച്ചു മുന്നോട്ടു
നടന്നു. അടുത്ത സ്റ്റേഷനിൽ ഒരു ചിരിയോടെ
ദീപയും ഇറങ്ങി. ദീപയ്ക്ക് ആ അവസ്ഥ വരല്ലേ
എന്ന പ്രാർത്ഥനയായിരുന്നു എന്റെയുള്ളിൽ;
വീട്ടിലെത്തി എന്റെ പ്രശ്നങ്ങളിലേക്ക്
തിരിയുന്നത് വരെ.

11
കല്ല്

മഴ ഇടതടവില്ലാതെ ശക്തിയായി പെയ്യുന്നു. . മിന്നലിന്റെ ചിത്രപ്പണികളും. ഒരു മുന്നറിയിപ്പുമില്ലാതെ ആയിരുന്നു കാട്ടുതീ പടർന്നു പിടിച്ചത്. എങ്ങനെയോ ആളുകളെല്ലാം സുരക്ഷിതസ്ഥാനങ്ങളിലേക്ക് എത്തി. ശക്തിയായ മഴയുണ്ടായിരുന്നിട്ടുകൂടി കാട്ടുതീ ഒരുപാട് നാശനഷ്ടങ്ങൾ ഉണ്ടാക്കിയിരുന്നു. കാട് മുഴുവൻ കത്തിയമർന്നതിനിടയിൽ ഒരു കല്ല് മാത്രം തിളങ്ങി നിൽക്കുന്നുണ്ടായിരുന്നു. അതിന്റെ തിളക്കത്തിലും, കാട്ടുതീയിൽ കേടുപാടുകൾ ഒന്നും പറ്റാതിരുന്നതിനാലും അതിനെന്തോ പ്രത്യേകതയുണ്ടെന്ന് ആളുകൾ ഉറപ്പിച്ചു. പതിയെ പല പേരിലും ആ കല്ല് അറിയപ്പെടാൻ തുടങ്ങി. ആളുകൾ സങ്കടങ്ങൾ പറയാനും സന്തോഷങ്ങൾ പങ്കുവെയ്ക്കാനും കല്ലിനടുത്തെത്തിത്തുടങ്ങി. മനസിന്റെ ആശ്വാസമാണ് എല്ലാത്തിനേക്കാളും

വലുതെന്നുന്നളത്കൊണ്ട് കല്ലിന്റെ മേന്മ വളരെ വേഗം ആളുകൾക്കിടയിൽ പടർന്നു. അങ്ങനെയിരിക്കെ ഒരു ദിവസം ആ കല്ല് മറിഞ്ഞു വീണു. ആരോ തട്ടിയിട്ടതാണ്. നിങ്ങളുടെ കൂട്ടരാണ് ഞങ്ങളുടെ കൂട്ടരല്ല... എന്നിങ്ങനെ പറഞ്ഞ് ആകെ ബഹളമായി. അതിനിടയ്ക് ആർക്കോ വെളിപാട് വന്നു. കല്ല് തങ്ങളോട് കോപിച്ചിരിക്കുന്നു. കല്ല് മറിച്ചിട്ട ആളുടെ രക്തം കല്ലിന് മുകളി ഒഴിച്ചാൽ അല്ലാതെ ഇനി കല്ല് പഴയ ശക്തിയിൽ ഉണ്ടാവില്ലെന്ന്. ആരാണെന്നുള്ള ചോദ്യം അപ്പോഴും ഒരു പ്രഹേളികയായിരുന്നു. ആരോ തനിക്ക് ദേഷ്യമുള്ള ഒരാളെ ചൂണ്ടികാണിച്ചതും, എതിരഭിപ്രായം ഉണ്ടായിരുന്നവർ പോലും അത് മറന്ന് ആ കർമത്തിന് കൂട്ടുനിന്നു. അതിനു ശേഷം കല്ലിനു മുകളിൽ മേൽക്കൂര പൊങ്ങി. ചുറ്റുമതിലും കാവല്കാരും വന്നു. കല്ലിനോട് സംസാരിക്കാൻ അറിയാമെന്ന് പറഞ്ഞു വന്ന ഒരാൾ, കല്ലിനു വേണ്ടി പൂജകൾ തുടങ്ങി. അയാൾക്ക് താമസിക്കാൻ ഒരു ആശ്രമവും ഉയർന്നു. അയാൾക്ക് ഭക്ഷണവും സുഖങ്ങളും നൽകിയാൽ കല്ലിന്റെ അനുഗ്രഹം ലഭിക്കുമെന്ന ചിന്തയിൽ, അങ്ങനെയും പൂജകൾ തുടങ്ങി. ഇതിനെ തുടർന്ന് മറ്റു കൂട്ടരും പ്രതേകതയുണ്ടെന്ന് തോന്നുന്ന കല്ലുകൾ കണ്ടുപിടിച്ച ആരാധിക്കാൻ തുടങ്ങി. തങ്ങളുടെ കല്ലാണ് ശക്തിയുള്ളതെന്ന് പറഞ്ഞുള്ള വാക്കുതർക്കങ്ങളും കയ്യേറ്റങ്ങളും വരെ ഉണ്ടായിതുടങ്ങി. അവ

മൂർദ്ധന്യത്തിലെത്തി നിൽക്കേ കാറ്റിൽ ഒരു മാറാരോഗം പടർന്നു പിടിച്ചു. പൂജാരിയുടെ വാക് കേട്ട് പണ്ടത്തേതുപോലെ കല്ലിനെ പ്രീതിപ്പെടുത്താൻ ഓരോരുത്തരെയായി കുരുതി കൊടുത്തു തുടങ്ങി. മരണശേഷം ഇതിനേക്കാൾ മനോഹരമായ ജീവിതം കിട്ടുമെന്ന അയാളുടെ വാക്കിൽ വീണവരെല്ലാം ഭക്തിയോടെ മരണമടഞ്ഞു. ശേഷിച്ചവർ അവിടെ നിന്നും രോഗശാന്തി തേടി കാടിന്റെ മറ്റു ഭാഗങ്ങളിലേക്ക് യാത്ര തിരിച്ചു. ആരൊക്കെയോ ചെയ്ത വൈദ്യം കൊണ്ട് കുറച്ച് പേർ മാത്രം രക്ഷപ്പെട്ടു. അവർ ചെന്നുപെട്ട ജീവിതസാഹചര്യത്തിൽ സംതൃപ്തരായി ജീവിച്ചുപോന്നു. പതിയെ ആ കല്ലിനെ എല്ലാരും മറന്നു. തിളക്കമെല്ലാം ചോർന്ന് അത് മത്തിയെ മണ്ണിലേക്ക് ആണ്ടുപോയി. എന്നെന്നേക്കുമായി

12

അപ്പേട്ടൻ

അപ്പുവേട്ടൻ അഥവാ അപ്പേട്ടൻ. ഒരു
ചിരിയോടെ അല്ലാതെ അപ്പേട്ടനെ
ഓർക്കാനാവാറില്ല. കാഴ്ചയില്ലെങ്കിലും
എല്ലാരേക്കാളും കാണുന്ന, തല ഇടത്തോട്ട്
ചെറുതായി ചെരിച്ച ഒരു ചെറു
പുഞ്ചിരിയോടെയുള്ള അപ്പേട്ടൻ...
എറണാകുളത്ത് മോഡേൺ ബ്രെഡ്
ഫാക്ടറിക്കടുത്ത് എന്നും ലോട്ടറിയുമായി
അപ്പേട്ടനെ കാണാം. ആരെയും ലോട്ടറി
എടുക്കാൻ നിർബന്ധിക്കുന്നത് ഞാൻ
കണ്ടിട്ടില്ല. അതുകൊണ്ടാവാം പറ്റുമ്പോഴൊക്കെ
ഞാൻ ഒരെണ്ണം വാങ്ങിയിരുന്നു. ലോട്ടറി കയ്യിൽ
തരുമ്പോൾ 'മോന് എന്തായാലും കിട്ടും' എന്ന്
അപ്പേട്ടൻ പറയുന്നത് കേൾക്കാൻ വേണ്ടി
മാത്രമാണോ ഞാൻ ലോട്ടറി എടുക്കുന്നതെന്ന്
എനിക്ക് തന്നെ പലപ്പോഴും തോന്നാറുണ്ട്.
അത്രയും സ്നേഹമുണ്ടായിരുന്നു അപ്പേട്ടന്റെ
വാക്കുകൾക്ക്.

വൈകുന്നേരം ക്യാന്റീനിൽ ചായ കുടിക്കാൻ ഇരിക്കുന്ന അപ്പേട്ടനെ നോക്കി ഇരിക്കാൻ തന്നെ ഒരു പ്രത്യേക രസമാണ്. കാന്റീൻ റേഡിയോയിലേക്ക് കാത് കൂർപ്പിച്ചിരുന്നു ചായ ഊതി ഊതി കുടിക്കുന്ന, ഇടയ്ക്ക് പൊട്ടിച്ചിരിക്കുന്ന അപ്പേട്ടൻ. എന്തിനാണ് ചിരിക്കുന്നതെന്ന് അറിയില്ലെങ്കിലും, അപ്പേട്ടൻ ഉള്ളുതുറന്നു ചിരിക്കുന്നത് കാണുമ്പോൾ അസൂയ തോന്നിപ്പോവാറുണ്ട്. നിങ്ങളൊക്കെ ചിരിക്കാൻ മറന്നിരിക്കുന്നു എന്നൊരു ഓർമപ്പെടുത്തൽ പോലെയാണാ ചിരി. അപ്പേട്ടന് സംസാരിക്കാൻ വല്ലാത്ത ആർത്തിയാണ്, പക്ഷെ അധികമാരും കേൾക്കാനിരിക്കുന്നത് കണ്ടിട്ടില്ല. ഓട്ടത്തിനിടയിൽ ഒന്നിനും സമയം തികയാറില്ലെങ്കിലും, ഇടയ്ക്ക് ഞാൻ ഇരിക്കും. പഴയ കാലത്തെ പറ്റി, കാലാവസ്ഥയെ പറ്റി, ജീവിതത്തെ പറ്റി. കുറച്ച നേരത്തേക്ക് എല്ലാ ടെൻഷനും മറന്ന് ഞാൻ അവിടെയങ്ങനെ അപ്പേട്ടനെ കേട്ട് ഇരിക്കും. ക്യാന്റീനിൽ കാണുന്ന നിറഞ്ഞ ചിരിയുള്ള അപ്പേട്ടനെ എപ്പോഴും കാണണമെന്നുള്ള ആഗ്രഹത്തിന്റെ പുറത്ത്, ബോണസ് കിട്ടിയ ദിവസം ഞാൻ അപ്പേട്ടന് ഒരു റേഡിയോ സമ്മാനമായി കൊടുത്തു. അത്രയും പ്രിയപ്പെട്ട ഒരു സമ്മാനം വാങ്ങിക്കൊടുത്തതുകൊണ്ടാവണം, പിന്നെയെപ്പോഴും എന്നോട് ഒരു കുഞ്ഞിനോടെന്നുള്ള പോലെ സ്നേഹമായിരുന്നു. പഴയ പാട്ടുകൾ

ആസ്വദിക്കുന്ന, വാർത്തകൾ ശ്രദ്ധയോടെ
കേൾക്കുന്ന, റേഡിയോ ജോക്കിമാരുടെ
സംഭാഷണങ്ങൾ കേട്ട് ചിരിക്കുന്ന,
എന്തിനെന്നറിയാതെ കരയുന്ന
അപ്പേട്ടനെയാണ് പിന്നെ പലപ്പോഴും ഞാൻ
കണ്ടിരുന്നത്. ആ കാഴ്ചകൾക്ക് ഏത് വിഷമവും
മായ്ക്കാനുള്ള ശേഷിയുണ്ടായിരുന്നു;
താത്കാലികമായാണെങ്കിലും.
അതുകൊണ്ടൊക്കെയാവണം വളരെ തിരക്കിട്ട്
ഓഫീസിലേക്ക് നടക്കുന്ന ദിവസങ്ങളൊന്നിൽ '
മോൻ എന്റെ കൂടെ ഒരു സ്ഥലം വരെ ഒന്ന്
വരോ ' എന്ന് അപ്പേട്ടൻ ചോദിച്ചപ്പോൾ,
എങ്ങോട്ടാണെന്ന് പോലും ചോദിക്കാതെ
ലീവെടുത്ത് കൂടെ പോകാമെന്ന് ഞാൻ
തീരുമാനിച്ചത്. പെൻഷൻ വാങ്ങാൻ
ആണെന്നും ഒറ്റയ്ക്ക് പോവാൻ
പേടിയാണെന്നുമൊക്കെ പോകുന്ന വഴിക്കാണ്
അപ്പേട്ടൻ പറഞ്ഞത്. ബസ്സിലായിരുന്നു യാത്ര.
ഉച്ചത്തിലുള്ള അപ്പേട്ടന്റെ സംസാരം,
ഞാനൊഴിച്ച് ബാക്കിയാരും ശ്രദ്ധിച്ചിരുന്നില്ല.
യാത്രയിലുടനീളം അപ്പേട്ടൻ സംസാരിച്ചു
കൊണ്ടിരുന്നു. എന്നേക്കാൾ കൂടുതൽ
സ്ഥലങ്ങൾ അപ്പേട്ടനറിയാമെന്നത് എനിക്ക്
വിശ്വസിക്കാനാവുന്നുണ്ടായില്ല. ഓരോ
സ്ഥലത്തിനും ഒരു ഗന്ധമുണ്ടാവും, അല്ലെങ്കിൽ
ആ സ്ഥലം തിരിച്ചറിയാൻ ഉള്ള ശബ്ദം.
അങ്ങനെ ഒരിക്കലും ശ്രദ്ധിക്കാൻ
സാധ്യതയില്ലാത്ത ഒരുപാട് കാര്യങ്ങൾ ഞാനാ
യാത്രയിൽ അറിഞ്ഞു. അറിയും തോറും

ഒരത്ഭുതമായി മാറിക്കൊണ്ടിരിക്കുകയായിരുന്നു
അപ്പേട്ടനെനിക്ക്.
പെൻഷൻ വാങ്ങി, ഇനിയെന്താണെന്നുള്ള
പോലെ അപ്പേട്ടനെ ഞാൻ നോക്കി. ഞാൻ
നോക്കിയത് കണ്ടപോലെ, 'ഇന്ന് ഊണ് എന്റെ
വക' എന്ന് പറഞ്ഞു അപ്പേട്ടൻ എന്റെ കൈ
പിടിച്ച് മുന്നിൽ നടന്നു. ചുറ്റുമുള്ളവർക്ക്
അതൊരു കാഴ്ചയായിരിന്നിരിക്കും; ഒരു
അന്ധൻ കണ്ണുകാണുന്നവനെ പിടിച്ചു
കൊണ്ടുപോകുന്നത്. അപ്പേട്ടന് അറിയാവുന്ന
കടയാണെന്നു തോന്നി. അവർ അപ്പേട്ടനെ
കണ്ടപ്പോൾ തന്നെ ഒരു സ്ഥലം
ഒഴിവാക്കുന്നുണ്ടായിരുന്നു. ഒന്നും പറയാതെ
തന്നെ ഊണും, മീൻപൊരിച്ചതും മുന്നിലെത്തി.
കഴിക്ക് എന്ന് പറഞ്ഞ് അപ്പേട്ടൻ എന്നെ
നോക്കി ചിരിച്ചു. ആ ചിരിയിൽ ഒരുപാട്
സ്നേഹമുണ്ടായിരുന്നു. കഴിക്കുന്നതിനു മുന്നേ
വയറുനിറയ്ക്കാനും മാത്രം സ്നേഹം.
തിരികെ ബസിൽ കയറിയും അപ്പേട്ടൻ കുറെ
സംസാരിച്ചു. ക്ഷീണിച്ചിട്ടാവണം പിന്നെ
ജനൽകമ്പിയിലേക്ക് ചാരിയിരുന്നുറങ്ങി.
ഫാക്ടറിയുടെ അവിടെ ഇറങ്ങി ചായ കുടിച്ച
കഴിഞ്ഞ്, വീട്ടിലാക്കാം എന്ന് ഞാൻ
പറഞ്ഞെങ്കിലും അപ്പേട്ടൻ സമ്മതിച്ചില്ല. ഇനി
എല്ലാ മാസവും ഞാൻ കൊണ്ടുപോവാം
പെൻഷൻ വാങ്ങാൻ എന്ന് പറഞ്ഞാണ്
ഞാനന്ന് വീട്ടിലേക്ക് പോയത്. വല്ലാത്ത ഒരു
സംതൃപ്തി ആയിരുന്നന്ന് മനസ്സിന് മുഴുവൻ.
അപ്പേട്ടന്റെ കൂടെ ഇരുന്നാൽ എന്തെന്നറിയാത്ത

ഒരു സമാധാനം തോന്നും. എല്ലാവർക്കും അങ്ങനെയാണ് എന്ന് ഓഫീസിലെ സംസാരങ്ങളിൽ നിന്ന് എനിക്ക് പതിയെ മനസിലായിത്തുടങ്ങി. ആരുമല്ലാത്തൊരു മനുഷ്യൻ നൽകുന്ന സമാധാനം!! എന്നും ഓഫീസിൽ കേറുന്നതിന് മുമ്പ് എവിടെയെങ്കിലും വച്ച് അപ്പേട്ടനെ കാണുന്നതാണ്. ഒരു ദിവസം പതിവിൽ നിന്ന് വിപരീതമായി അപ്പേട്ടനെ കാണാനില്ല വൈകുന്നേരം ക്യാന്റീനിൽ പോലും കാണാതെയായയപ്പോൾ ഞാനും ഓഫീസിലെ മഹേഷും കൂടെ അന്വേഷിച്ചിറങ്ങി. പലരോടും ചോദിച്ചെങ്കിലും ആരോടും അപ്പേട്ടൻ താമസം എവിടെയാണെന്ന് പറഞ്ഞിട്ടില്ലാത്തതുകൊണ്ട് രാത്രിയായിട്ടും ഒരു വിവരവും കിട്ടിയില്ല. അവസാനം ക്ഷീണിച്ച്, ഭക്ഷണം കഴിക്കാൻ നിർത്തിയപ്പോൾ തട്ടുകട നടത്തുന്ന രഘുവേട്ടനാണ് വായനശാലയ്ക്ക് പിന്നിലുള്ള ചെറിയ മുറിയിലാണ് അപ്പേട്ടന്റെ താമസമെന്ന് പറഞ്ഞുതന്നത്. ചെല്ലുമ്പോൾ മുറി പൂട്ടികിടക്കുകയായിരുന്നു. രണ്ടും കല്പിച്ച് മഹേഷ് പൂട്ട് തല്ലിപ്പൊളിച്ചു. വളരെ വൃത്തിയായി സൂക്ഷിക്കുന്ന ഒരു മുറി. . കണ്ണുകാണാത്ത ഒരാളാണവിടെ താമസിക്കുന്നതെന്ന് പറയില്ല. കിടക്കാനുള്ള പായും തലയിണയും അല്ലാതെ ഒരു പെട്ടി മാത്രമേ ആ മുറിയിൽ ഉണ്ടായിരുന്നുള്ളൂ. അതിൽ ഏലി കടിച്ച ഒരു കഷ്ണം തുണിയും. പിറ്റേന്ന് രാവിലെ ഞങ്ങൾ പോലീസിനു പരാതി

കൊടുത്തു . പലരും പല വഴിക്ക്
അന്വേഷിച്ചുകൊണ്ടിരുന്നു, ഒന്നും എവിടെയും
എത്തിയില്ല. മൂന്നാം ദിവസം വൈകുന്നേരം
ക്യാന്റീനിൽ ചായ കുടിക്കാൻ ഇരിക്കുമ്പോൾ
സ്റ്റേഷനിൽ നിന്നും ഫോൺ വന്നു .
അപ്പേട്ടനെ കിട്ടി. ചിന്നപാടേ മഹേഷ് കുറെ
ശകാരിച്ചു; ഒരു ചെറിയ കുട്ടിയെ കാണാതായി
തിരികെ കിട്ടുമ്പോഴെന്ന പോലെ. തിരികെ
ക്യാന്റീനിലേക്ക് കൊണ്ട് വന്നപ്പോൾ
അറിയാവുന്ന എല്ലാവരും പറയാതെ
പോയതിനുള്ളതെല്ലാം അപ്പേട്ടന് കൊടുത്തു.
അപ്പേട്ടൻ ഒന്നും മിണ്ടാതെ എല്ലാവരെയും
കേട്ടിരുന്നു. തന്നോടുള്ള സ്നേഹം
കണ്ടിട്ടാവണം ഒരു നനുത്ത ചിരി ആ
മുഖത്തുണ്ടായിരുന്നു.
എല്ലാവരും മുറിയിൽ നിന്നു
ഇറങ്ങിയതിനുശേഷം ഞാൻ അപ്പേട്ടന്റെ
അടുത്തേക്കിരുന്നു.
"അപ്പേട്ടൻ എവിടെ പോയതാ "
"ഞാൻ ഒന്നു സ്ഥലങ്ങൾ കാണാൻ പോയതാ"
"അപ്പേട്ടൻ ഒറ്റയ്ക്ക് പോകാറില്ലെന്ന്
എനിക്കറിയാം, എന്തിനാ പോയത് "
"മോനെ ഞാൻ എന്റെ നാട്ടിലേക്കൊന്ന്
പോയതാ. കുറെ കാലമായി ആഗ്രഹിക്കുന്നു
അവിടം വരെയൊന്ന് പോണമെന്ന്.
അവിടെത്തെ മണ്ണിന്ന് ഒരു പ്രത്യേക ഗന്ധമാണ്
, ബസിലിരിക്കുമ്പോൾ അവിടെ എത്തിയെന്ന്
പറയാതെ തന്നെ അറിയാം. ഒരു കാറ്റ് വീശും,
അമ്മയുടെ തലോടൽ പോലെ..." അപ്പേട്ടൻ

പിന്നെയും എന്തൊക്കെയോ
പറഞ്ഞുകൊണ്ടിരുന്നു...
പിറ്റേന്ന് രാവിലെ അപ്പേട്ടൻ നല്ല തെളിച്ചമുള്ള
മുഖവുമായി നിൽക്കുന്നുണ്ടായിരുന്നു, നിറഞ്ഞ
ചിരിയോടെ. 'ഇനി പറയാതെ പോവരുത്' എന്ന്
ഒരിക്കൽ കൂടെ പറഞ്ഞ് ഒരു ലോട്ടറിയും വാങ്ങി
ഞാൻ ഓഫീസിലേക്ക് പോവുമ്പോഴും
അപ്പേട്ടന്റെ മുഖത്താ ചിരിയുണ്ടായിരുന്നു.
വൈകുന്നേരം ക്യാന്റീനിൽ ചെന്നപ്പോൾ
പതിവ്പോലെ അപ്പേട്ടൻ അവിടെയുണ്ട്. ഞാൻ
അടുത്ത് ചെന്നിരുന്നു. ഉറക്കമാണെന്ന്
തോന്നുന്നു. പതിയെ എല്ലാവരും ഇരുന്നു, ചായ
വന്നു. അപ്പേട്ടന്റെ ചായ മുന്നിലേക്ക് വച്ച ഞാൻ
പതുക്കെ വിളിച്ചു. രാവിലെ കണ്ട അതേ
ചിരിയോടെ അപ്പേട്ടൻ കിടക്കുകയാണ്. പക്ഷെ
ഞങ്ങൾക്കു എല്ലാവർക്കും ആധിയായി
അപ്പേട്ടൻ എഴുനേറ്റില്ല ഉടനെ തന്നെ
ആശുപത്രിയിൽ എത്തിച്ചെങ്കിലും അയാൾ
നേരത്തെ പോയിരുന്നു ആശുപത്രിയിലെ
കാര്യങ്ങൾ ഒക്കെ കഴിഞ്ഞു. അപ്പേട്ടന്റെ ഡ്രസ്സ്
എന്നെ ഏൽപ്പിച്ചു ബോഡി കത്തിക്കാനായി
കൊണ്ടുപോയി. ആ ഡ്രസ്സും കയ്യിൽ വച്ച് എന്ത്
ചെയ്യണമെന്നറിയാതെ ഞാൻ കുറെ
നേരമവിടെ നിന്നു. തിരികെ നടക്കാൻ
തുടങ്ങിയപ്പോൾ അപ്പേട്ടന്റെ പാന്റിന്റെ
പോക്കറ്റിൽ നിന്നെന്തോ താഴെ വീണു.
കുനിഞ്ഞിരുന്നു നോക്കിയപ്പോൾ
വളപൊട്ടുകളാണ്... ആരോടും പറയാതെയുള്ള
ആ യാത്ര എന്തിനായിരുന്നുവെന്നാ

വളപ്പൊട്ടുകൾ പറഞ്ഞു.

വളപ്പൊട്ടുകൾ പറഞ്ഞു.